DIALOGUES
IN
TELUGU AND ENGLISH,
WITH A
GRAMMATICAL ANALYSIS

D1860415

Owing to the antiquity and rarity of this book, certain pages are regrettably absent, and readability is compromised due to the blurring of the original text. If you possess any insights regarding the availability of these missing sections, kindly inform us. Your assistance is crucial in ensuring the completion of this significant work for the benefit of future generations.

DIALOGUES

IN

TELUGU AND ENGLISH,

WITH A

GRAMMATICAL ANALYSIS

CHARLES PHILIP BROWN

GYAN

Published by

Gyan Publishing House
5, Ansari Road
Daryaganj, New Delhi-110002
Phone: 011-47034999, 9811692060
E-mail: books@gyanbooks.com

Distribution Network
gyanbooks.com
India, USA, Canada, UK, Australia

© Publisher
All rights reserved. No part of this work may be reproduced, stored, adapted, or transmitted in any form or by any means, electronic, mechanical, photocopying, micro-filming, recording or otherwise, or translated in any language, without the prior written permission of the copyright owner and the publisher.

ISBN: 978-93-7014-323-4 (PB)

First Published, 1853

2nd Impression 2025

Printed at: Gyan Press, Delhi.

The book is sold subject to the condition that it shall not, by way of trade or otherwise, be lent, resold, hired out, or otherwise circulated without the prior publisher's written consent.

DIALOGUES IN TELUGU AND ENGLISH
Author: CHARLES PHILIP BROWN

DIALOGUES

IN

TELUGU AND ENGLISH,

WITH A

GRAMMATICAL ANALYSIS.

1853

PREFACE.

These Dialogues having been found useful by beginners are now re-printed with a Grammatical Analysis, explaining the Telugu Phraseology. The same work has also been printed in Tamil and in Kannadi.

C. P. BROWN.

DIALOGUES

IN

ENGLISH AND TELUGU.

మొదటి పాఠము.	*First Exercise.*
నేను యిది చదివి నాను.	I have read this.
మీరు యిది యెన్ని మాట్లు చదివినారు.	How often did you read it?
ప్రతి శబ్దమున్ను జ్ఞాపకానికి వచ్చే వరకున్ను అది చదివినాను.	I read it until I remembered each word.
మీరు అది యెత్తి వ్రాసినారా?	Have you written it out?
యెత్తి వ్రాసినాను.	Yes.
యెత్తి వ్రాయలేదు.	No.
అది గుండక్షరములుగా వ్రాసినాను.	I wrote it in round hand.
గొలుసు అక్షరములను చదవడానకు మీరు త్వరగా నేర్చుకొందురు.	You will soon learn to read running hand.
గొలుసు అక్షరము లనగా యేమి?	What does running hand mean?
వ్యవహారమందు ఉపయోగించే అక్షరములు.	The hand used in business.
అచ్చు అక్షరములు వేరు అది వేరా?	Is that different from the printed character?

అవును; నిండా భేదమే.	Yes; very different.
చదివేటందుకు యేది సులభము?	Which is easiest to read?
గుండక్షరము సులభమే గాని, గొలుసు అక్షరము మిక్కిలిన్ని త్వరగా వ్రాస్తారు.	Round hand is easiest; but running hand is written more rapidly.

ANALYSIS.

The learner must provide himself with C. P. Brown's Telugu Dictionary and Grammar. In the following notes, Sanscrit words are marked with stars. P‖ denotes Participle. (M) Middle voice. Ao. Aorist. The sign [A] denotes The Infinitive or "Root in A." L. Locative case. D. Dative, a″ e″ i″ o″ denote lengthened vowels. Rel. P‖ relative participle. Neg. Negative.

మొదటి adj. *First.* పాఠము * *A lesson* n. s. of the 2d declension.

నేను Pronoun *I.* యిది *this* [thing] proximate. pronoun for the accu. దీన్ని *it.* చదివినాను *I have read.* 1st pers. sing. past tense of చదువుట *to read.* v. a. of the 1st Conjugation.

మీరు *You;* pronoun, nom. case, plu. of నీవు thou. యెన్ని *how many?* Interrogative adjective pronoun of అన్ని so many. మాట్లు nom. plu. of మాటు n. s. *time.* చదివినారు *have you read?* 2d pers. plu. past tense of చదువుట *to read:* but, the Interrogative pronoun యెన్ని being prefixed, the sign of question is not used.

ప్రతి * *Each,* a particle. శబ్దము * n. s. *a word.* న్ని and; conjunc. intensive. జ్ఞాపకానికి D. of జ్ఞాపకము * *memory* n. s. of the 2d. decl. వచ్చే that comes. Rel. Ao. p‖ of వచ్చుట *to come* v. n. of the 3d Conjug. వరకు adv. until. అది *that* [*thing*] remote pronoun nom. for the accu. దాన్ని *it.*

యెత్తివ్రాసినారా *Have you written (it) out?* from యెత్తి past p‖ of యెత్తుట *to take* and వ్రాసినారు *you have written;* 2d pers. plu. past tense of వ్రాయుట *to write* v. a. of the 2d Conjug. and ā the sign of question is added.

ఎత్తివ్రాశినాను *I wrote (it) out;* 1st pers. sing. past tense of ఎత్తి వ్రాసుట v. a. *to transcribe.*

ఎత్తివ్రాయలేదు [*I*] *did not write* [*it*] *out.* Here లేదు 3d pers. sing. neg. Ao. of ఉండుట v. n. *to be* is added to the root in [A] of any verb to make it the neg. past tense.

గుండక్షరములు n. s. *Round hand;* from గుండు adj. *round* అక్షరము * n. s. a *letter, character, or writing.* గా *as:* this is an adverbial affix and is the [A] of అవుట *to become* v. n. of the 1st Conjug.

గొలుసు n. s. *A chain.* చదవడానకు *for reading, to read.* D. of చదవడము *reading.* [In Latin it would be ad legendum.] త్వరగా adv. *quickly.* నేర్చుకొందురు *you will learn;* 2d pers. plural Ao. of నేర్చుకొనుట [M] voice of నేర్చుట *to learn* v. a. of the 3d Conjug.

అనగా The adverbial form of అనుట *to say;* ఏమి *What?* Interrogative pronoun.

వ్యవహారమందు *In business;* from వ్యవహారము * n. s. *business,* and అందు *In;* sign of the locative case. ఉపయోగించే *that is useful* or *applicable;* Ao. p|| of ఉపయోగించుట *to suit* v. n. of the 3d Conjug.

అచ్చు n. s. *Printing or a type;* 3d decl. వేరు adj. *different.* Here the sign of interrogation is understood. వేరా ā is added to denote question.

అవును *Yes; it becomes;* 3d pers. sing. Ao. of అవుట v. n. *to become* [like the Latin verb fieri, fit] నిండా adv. *much, fully.* This is the [A] of నిండుట v. n. *to be full.* భేదము * n. s. *a difference;* ē the intensive form.

చదివేటందుకు *For reading;* from చదివేటి the Ao. p|| of చదువుట v. a. *to read?* అందుకు the gerund; as in Latin [ad legendum]. ఏది *which.* Interrogative pronoun. సులభము * adj. *easy.*

గాని Conjunc. but. మిక్కిలి adv. much. న్నీ and; conjunc. intensive. వ్రాస్తారు *they write;* 3d pers. plu. present tense of వ్రాయుట v. a. *to write.*

రెండో పాఠము.	*Second Exercise.*
మీరు నిన్న యింట్లో వుంటిరా?	Were you at home yesterday?
వుంటిని.	Yes.
లేదు.	No.
దేశమంతటాను తెలుగు అక్షరము వొకటే విధముగా వ్రాస్తున్నారా?	Is the Telugu character written alike throughout the country?
లేదయ్యా; పడమటి దేశమందు వ్రాశే వ్రాలు మోటుగా వుంటున్నది.	No sir; in the western country the writing is rough.
యీ భాష యెక్కడ బాగా మాట్లాడుతారు?	Where do they speak this language best?
తూర్పు దేశమందు; యీ దేశమునే యింగ్లీషు వారు వుత్తర దేశమని అంటారు.	In the eastern districts; which the English call the north.
చెన్న పట్నములో తెనుగు బాగా మాట్లాడుతున్నారా?	Is it well spoken at Madras?
లేదయ్యా; అరవము కలుస్తున్నది.	No sir: Tamil mixes with it.

ANALYSIS.

రెండు *Two;* cardinal numeral, neuter; ō changes this into an ordinal. నిన్న adv. *Yesterday.* యింట్లో L. of యిల్లు *a house.* n. s. of the third declension. వుంటిరా *were you?* here ā is added as an interrogation to ఉంటిరి *you were* 2d pers. plu. past tense of ఉండుట *To dwell.* v. n. of the 1st Conjug.

ఉంటిని *I was;* 1st pers. sing. past tense of ఉండుట *To be.*

లేదు *No:* 3d pers. sing. Neg. Aor. of ఉండుట.

దేశము * *Country.* n. s. of the 2d declension. అంతటా adv. *Everywhere.* నున్ను Conjunction with an intensive force [as in Latin Ubique] తెలుగు *The Telugu language.* n. s. of the 3d decl. ఒక్కటే *one;* ē being added, makes it intensive *only one.* విధము * *manner, way.* nom. sing. of the 2d decl. వ్రాస్తున్నారా *Do they write?* third pers. plu. present tense of వ్రాయుట v. a. *to write;* ā the mark of interrogation.

అయ్యా Vocative of అయ్య n. s. *Sir, father.* పడమటి the infl. of పడమర *the west* n. s. of the 3d decl. వ్రాసే *that writes* Ao. p|| of వ్రాయుట. వ్రాలు *writing, letters, the writing.* This is the nom. plu. There is no singular. మోటు adj. *rough.* వుంటున్నది It is, 3d pers. sing. neuter, present tense of ఉండుట *to be.*

యీ *This:* it is similar to the English article. భాష * *language* n. s. of the 3d declension: here the nom. is used for the accu. ఎక్కడ adv. *where?* Interrogative of అక్కడ *there* and యిక్కడ *here.* బాగా adv. *well.* మాట్లాడుతారు *Do they speak?* 3d pers. plu. present tense of మాట్లాడుట *to speak.* v. a. of the 1st Conjug.

తూర్పు adj. *Eastern, of or belonging to the east.* యింగ్లీషు *English,* వారు *they;* nom. plu. of వాడు *a man.* వుత్తర adj. *Northern.* అని *saying;* past p|| of అనుట *To say.* v. a. of the 1st Conjug. అంటారు *they say,* 3d pers. plu. present tense of అనుట.

చెన్నపట్నము *Madras.* n. s. of the 2d decl. తెలుగు n. s. *Telugu.* మాట్లాడుతున్నారు *they speak;* 3d pers. plu. present tense of మాట్లాడుట v. a. *to speak.*

అరవము n. s. *The language called Tamil.* కలుస్తున్నది *is mixed, unites;* 3d pers. sing. present tense of కలియుట v. n. *to be mixed.*

మూడో పాఠము.	*Third Exercise.*
నేను ముందుగా చదవ వలశి నది యేమి?	What shall I read first?
మొదట చదువుకొనే వారికి జాబులున్ను సాధారణమైన కథలున్ను సులభముగా వుంటవి.	Letters and common stories are easy for beginners.
సీమలో మేము బహుశః మొదట కావ్యము ఆరంభిస్తున్నాము.	In Europe (*Literally*, In our country) we often begin our studies with poetry.
యిక్కడనున్ను ఆలాగే చేస్తున్నారు.	Here too they do likewise.
పిల్లకాయలు మొదట యేమి చదువుతారు?	What do children read first?
సుమతి శతకము, భాస్కర శతకము, మొదలైనవి.	The verses of Sumati, Bhascara, and others.
నేను చెప్పేది మీకు తెలుస్తున్నదా?	Do you understand me?
తెలుస్తున్నది.	Yes.
తెలియ లేదు.	No.*
విన్నావా?	Dost thou hear?
చూచినారా?	Do you see?
జ్ఞాపకము వున్నదా?	Do you recollect?
జ్ఞాపకము వున్నది.	Yes.
జ్ఞాపకము లేదు.	No.

* The replies *yes* and *no* are in these dialogues used together to illustrate the peculiar idiom of the language. In the present instance, the replies literally mean There is memory; and, There is not memory.

అది నాకు బాగా తెలుసును. I know it well.
అది నాకు బాగా తెలియదు. I do not know it well.
అది నాకు బాగా తెలుస్తున్నది. I perceive it clearly.
అది నాకు బాగా తెలియలేదు. I do not perceive it clearly.

ANALYSIS.

మూడో *Third;* the ordinal numeral; from మూడు *three;* cardinal.

ముందుగా adv. *At first.* చదవవలసినది *that which is necessary to read,* చదవ infinitive in [A] of చదువుట *to read;* and వలసినది *must;* 3d pers. neuter sing. past tense from వలయుట a defective verb.

మొదట *At first,* L. of the noun మొదలు *the beginning.* చదువుకొనే *reading;* Ao. p‖ of చదువుకొనుట the middle voice of చదువుట *to read.* వారికి *to them,* Dative plu. of the pronoun వాడు *he.* జాబులు *letters;* nom. plu. of జాబు *a letter* n. s. of the 3d decl. సాధారణమైన adj. *common.* Here the word ఐన which is the past Rel. P‖ of అవుట *to become* is added to సాధారణము. కథలు nom. plu. of కథ *a story* n. s. of the 3d decl. వుంటవి *they are,* instead of వుంటున్నవి 3d pers. neuter plu. present tense of ఉండుట.

సీమలో *In Europe.* Local ablative of సీమ *Europe or a country* in general. మేము We; nom. plu. of the pronoun నేను I. బహుశః* adv. for the most part. కావ్యము * n. s. *a poem.* ఆరంభిస్తున్నాము *we begin;* 1st pers. plu. present tense of ఆరంభించుట *to begin.* v. a. of the 3d Conjug.

ఇక్కడ *Here;* a defective noun: this is the proximate of అక్కడ *there,* to which the affix నున్ను denoting *and, too,* is added. ఆలాగే *in that very manner.* n. s. ఆ *that* లాగు *manner;* the emphatic sign ē being added. చేస్తున్నారు *they do;* 3d pers. plu. present tense of చేయుట *to do* v. a. of the 2d Conjug.

పిల్లకాయలు *Children ;* nom. plu. of పిల్లకాయ *a child.* చదువుతారు *they read ;* 3d pers. plu. present tense of చదువుట *to read.* సుమతిశతకము n. s. *the name of a certain book.* మొదలయినవి *and other things ;* from మొదలు n. s. *the beginning,* ఐన that became Rel. past p‖ of అవుట *to become ;* which is used as an affix meaning *the rest ;* and అవి *they ;* neuter nom. plu. of the pronoun అది *that [thing.]*

చెప్పేది *That which* [I] *say,* the infinitive ending in ఏది of చెప్పుట *to say or tell.* మీకు *to you ;* D. plu. of నీవు pronoun, *thou.* తెలుస్తున్నదా is it known? 3d pers. sing. present tense of తెలియుట *to be known or understood* v. n. of the 2d Conjug.

తెలియలేదు *It is not known,* from తెలియ the [A.] of తెలియుట.

విన్నావా *Didst thou hear?* Here విన్నావు is the 2d pers. sing. past tense of వినుట v. a. to hear.

చూచినారా *Did you see?* 2d pers. plu. past tense of చూచుట *to see* v. a. of the 3d Conjug.

నాకు To me ; the D. sign of నేను I. తెలుసును it is known, 3d pers. sing. Ao. of తెలియుట, governing the Dative.

నాలుగో పాఠము.	*Fourth Exercise.*
అదుగో చంద్రుడు ఉదయమౌతున్నాడు.	See, the moon is rising.*
నేడు వెన్నెల బాగా కాస్తున్నది.	The moonlight is very bright to-night.
అయ్యా, మీరు యిక్కడికి యెప్పుడు వచ్చి చేరినారు?	Sir, When did you arrive here?
నిన్న సాయంకాలము వచ్చి చేరినాను.	I arrived yesterday evening.
వూరి దగ్గిర నా డేరా వేయుమని వుత్తరువు చేసినాను.	I desired that my tent should be pitched near the village.

* Chandrudu is a masculine name, answering to Adonis, regent of the moon.

రేపు సాయంకాలము కుడారము తీసివెయ్యి.	Strike the tent to-morrow evening.
అయ్యా, వేటకు పోవలెనని వున్నారా?	Sir, do you intend to hunt?
అవును; యిక్కడ నిండా నక్కలు కలవని విన్నాను.	Yes; I hear that there are many foxes here.
ఎవరైనా వేరే దొరలు వస్తారా?	Are other gentlemen coming?
నేటి రాత్రికి నలుగురు వత్తురని వున్నాను.	I expect four to-night.
రాత్రి భోజనమునకు వత్తురా?	Will they come to supper?
వత్తురు.	Yes.
రారు.	No.
మీరు త్వరగా యేల వచ్చి చేరలేదు?	Why did you not arrive sooner?
అయ్యా నేను బయులుదేరే టప్పటికి నాకు వొక తొందర సంభవించినది.	Sir, as I was setting out, I met with an accident.
అదేమిటి?	What was that?
ఒక బోయి పడి గాయము తగిలినది.	One of the bearers fell down and was hurt.
వాడికి యెటువంటి గాయము తగిలినది?	How was he hurt?
వాడి మోకాలు కొట్టుక పోయినది.	His knee was bruised.
అందుకు మీరు యేమి చేస్తిరి?	What did you do for it?

ఆ వూరి వైద్యుడు పో తూవుండెను. ఆయన దా నికి కావలసిన వైద్యము చేసినాడు. వాడికి నిండా నొప్పిగా వుండెను.	The village doctor was passing by and he did what was necessary. The man was in great pain.

ANALYSIS.

నాలుగో *The fourth;* the ordinal numeral, from నాలుగు *four*, a cardinal numeral.

అదుగో interj. *Lo! Behold!* చంద్రుడు * Name of Adonis, the god of the moon and of beauty; masc. noun of the 1st decl. ఉదయ మవుతున్నాడు *is rising;* 3d person sing. masc. present tense, from ఉదయము * *rising* and అవుట *to become.*

నేడు adv. *To-day* వెన్నెల n. s. *moon-light*, of the 3d decl. కాస్తున్నది *shines;* 3d pers. sing. neuter present tense of కాచుట v. n. *to shine.*

యిక్కడికి *To this place.* D. of the adv. యిక్కడ. యెప్పుడు adv. *when?* వచ్చి *having come;* past p|| of వచ్చుట v. n. *to come.* చేరినారు *Did you arrive?* 2d pers. plu. past tense of చేరుట *to arrive.* v. n. of the 1st Conjug.

సాయంకాలము * *In the evening.* Here the nominative is used with the sense of an adverb. చేరినాను *I arrived;* 1st pers. sing. past tense of చేరుట.

వూరి infl. sing. of వూరు *A village* n. s. of the 3d decl. దగ్గర adv. *near.* నా *my;* Genitive of the pronoun నేను *I.* డేరా n. s. *a tent* (Hindustani word) Here the nom. is used for the accu.

వేయుమని *That you should pitch;* from వేయుము; 2d pers. sing. imperative of వేయుట v. a. *to throw, to pitch,* to cast and అని past p|| of అనుట v. n. *to say.* ఉత్తరువు * *an order* n. s. of the 3d decl. చేసినాను *I made;* 1st pers. sing. past tense of చేయుట v. a. *to make.*

రేపు adv. *To-morrow.* తీసివెయ్యి *strike ;* imperative 2d person sing. compound of తీసి past p|| of తీయుట v. a. *to take* and వెయ్యి the imperative sing. of వేయుట.

వేటకు *For a hunt ;* D. of వేట n. s. *a hunt.* పోవలెనని *saying I must go ;* compd. of పో for పోవ the infinitive in (A) of పోవుట v. n. *to go :* to which వలెను *must*, a defective verb is added : and అని *saying.* ఉన్నారా *are you?* from ఉన్నారు *you are ;* 2d pers. plu. past tense of ఉండుట v. n. *to be.*

నక్కలు nom. plu. of నక్క n. s. *a fox.* కలవు *there are ;* 3d pers. plu. neuter. Ao. of కలుగుట v. n. *to be.* విన్నాను *I heard ;* 1st pers. sing. past tense of వినుట v. a. *to hear.*

ఎవరయినా *Any one soever :* from ఎవరు nom. plu. of ఎవడు Interrogative pron. *who?* అయినా past Rel. p|| of అవుట v. n. *to become,* used to denote *if it be so, or.* వేరే adj. *other.* దొరలు *gentlemen ;* nom. plu. of దొర n. s. of the 3d decl. వస్తారా *do they come ?* 3d person plu. present tense of వచ్చుట *to come* v. n. of the 3d conjug. The last vowel ా denotes question.

నేటి *Of to-day ;* gen. of the adv. నేడు *to-day.* రాత్రికి *to night ;* D. of రాత్రి n. s. *the night.* నలుగురు *four men ;* masc. and fem. numeral of నాలుగు neuter. వత్తురు *will come ;* 3d pers. plu. Ao. of వచ్చుట. ఉన్నాను *I am ;* 1st pers. sing. present tense of ఉండుట *to be.*

రాత్రిభోజనమునకు * *For supper :* compd. of రాత్రి n. s. *night* and భోజనమునకు the D. of భోజనము * *food or eating ;* n. s. of the 2d decl. రారు *will not come ;* 3d pers. plu. Neg. Ao. of వచ్చుట.

ఏమి *How?* an interrogation. చేరలేదు *did not arrive ;* past neg. of చేరుట v. n. *to arrive.*

బయులుదేరేటప్పటికి *When I set out :* compd. of బయులుదేరేటి for బయులుదేరే Rel. Ao. p|| of బయులుదేరుట v. n. *to set out :* and అప్పటికి *at that time.* D. of the adv. అప్పుడు *then.* ఒక *one*, numeral. తొందర *trouble* n. s. of the 3d decl. సంభవించినది * *happened ;* 3d pers. sing. neuter past tense of సంభవించుట * *to happen* v. n. of the 3d conjug.

యేమిటి *What?* an interrogative defective pron. బోయి a *palanqueen-bearer* n. s. of the 3d decl. పడి *having fallen;* past p|| of పడుట v. n. *to fall.* గాయము n. s. *wound.* తగిలినది *was inflicted;* 3d pers. sing. neuter past tense of తగులుట v. n. *to touch or hit.*

వానికి *To him* D. of the pron. వాడు *he.* యెటువంటి *what kind of?* an interrogative particle.

వాని *His;* G. of the pron. వాడు *he.* మోకాలు *knee* n. s. of the 3d decl. కొట్టుకపోయినది *was bruised;* from కొట్టుక irregular past p|| ending in UKA of కొట్టుకొనుట (M) of కొట్టుట v. a. *to beat,* and పోయినది is gone; 3d pers. neut. sing. past tense of పోవుట v. n. *to go.*

అందుకు *Thereto, thereof;* D. of the adv. అందు *there.* చేస్తిరి *did you make?* 2d person plu. past tense of చేయుట v. a. *to make.*

వైద్యుడు * n. s. *A doctor.* పోతూ *going: present* p|| of పోవుట *to go.* వుండెను *was;* 3d pers. sing. past tense of వుండుట. ఆయన *he;* honorific demonstrative remote pronoun. దానికి *to it;* D. of the pron. అది *that.* కావలసిన *that was necessary;* Rel. past p|| from కా the root in A of అవుట v. n. *to become,* with వలసిన *must,* a defective verb. వైద్యము * n. s. *doctoring.* చేసినాడు *he made;* 3d pers. sing. masc. past tense of చేయుట.

నొప్పిగా adv. *Painfully;* from నొప్పి n. s. *pain* and గా the adverbial affix.

అయిదో పాఠము.	*Fifth Exercise.*
అయ్యా ఆ దొరలు వచ్చి చేరినారు.	Sir, the gentlemen have arrived.
పెద్ద నల్ల కుక్కను తీసుకొని రా?	Bring the large black dog.
ఎర్ర కుక్కనున్ను తెల్ల కుక్కనున్ను తెప్పించు.	Send for the brown dog and the white one.
కడమ కుక్కలు క్షేమముగా వచ్చి చేరినవా?	Have the rest of the dogs arrived safe?

చేరినవి అయ్యా, నిండా అలిసి వున్నవి.	Yes sir; they are much tired.
ఇంత కొంచెము దూరము నడవడములో అవి యెట్లా అలిసినవి?	How could they be tired in such a short walk?
నా తుపాకి తే.	Bring my gun.
అది నిండా మురికిగా వున్నది.	It is very dirty.
అయ్యా దాన్ని తమరే తుడుస్తామని చెప్పి వుంటిరి.	Sir, you said you would clean it yourself.
మంచిది.	Very well.
వేన్నీళ్లు కావలెను.	I want hot water.
నా బూట్సులు* యెక్కడ?	Where are my boots?
ఈ కఱ్ఱ విరిగి పోయినది.	This stick is broken.
కొత్తది తెప్పించు.	Get a new one.
నా పాత కత్తినిన్ని చిన్న సుత్తెనున్ను తే.	Bring my old knife and the small hammer.
వడ్లవాణ్ణి పిలువు.	Call the carpenter.
వాడు వడ్లవాడు కాడు.	That man is not the carpenter.
నాకు వొక యినప చీల కావలెను.	I want a nail.
ఇక్కడ కమ్మరవాడు లేడు.	The smith is not here.
వాడు వడ్లవాడు.	That man is the carpenter.
నేను యిప్పుడు పోయి కుక్కలను చూస్తాను.	Now I will go and look at the dogs.

* Here and in some other places we use Hindustani or English words for want of Native expressions. But these are perfectly well known to the Native Telugus.

అయ్యా గుఱ్ఱానికి నిలిచే టందుకు చోటు లేదు.	Sir, the horse has no place to stand in.
చింత లేదు వర్షము రాదు.	Never mind: it is not going to rain.
నిన్న రాత్రి వాన కురిశినదట.	They say it rained last night.
అది వినడానకు నాకు సంతోషముగా వున్నది.	I am glad to hear it.
రాత్రి నిండా వుక్కగా వుండేను.	Last night it was very hot.
ఇప్పుడు కాస్త చల్లగా వున్నది.	It is pretty cool now.
తెల్లవార వచ్చినట్టున్నది.	It is hardly day-light.
కొండ తిరిగి పోదాము.	Let us go round the hill.
అదుగో వొక నక్క పోతున్నది.	There goes a fox.
అదుగో వొక కానులేడి పిట్ట పోతూ వున్నది.	There goes a florikin.
అదుగో వొక జింకల గుంపు వున్నది.	There is a herd of deer.
అవి యెనుములకై పోతున్నవి.	They are going towards the buffaloes.
అవి తోపు గుండా పోతున్నవి.	They are going through the (tope) grove.
కౌజులను చూడు.	Look at the partridges.
ఇదుగో వొక కణుజు వున్నది.	There is an elk.

ఈ కుక్కలు నిండా వుల్లా సముగా వున్నవి.	The dogs are very fresh.
ఈ కుక్క కుంటేట్టు వున్నది.	This dog seems lame.
నా గుర్రపువాడు అలిసి వున్నాడు.	My horsekeeper is tired.
సూర్యోదయ మవుతున్నది. పొద్దు పొడుస్తున్నది.	The sun is rising.
ఇంకా కొంచెము సేపటికి యెండ నిండా తీక్ష్ణముగా వుండును.	It will be very hot soon.
మనము మళ్లుకొందాము.	Let us return.
ఇంటికి పోవడములో దారి దూరమనిపిస్తున్నది.	Going home the way seems long.
ఆ గుర్రమునకు యేమి చెమట పట్టుతున్నది!	How that horse sweats!
ఆ నేల నెమలిపిట్టను నా వద్దికి తీసుకొని రా?	Bring me that "bastard florikin."*

ANALYSIS.

అయిదో *Fifth;* ordinal numeral of అయిదు *five,* cardinal numeral.
పెద్ద adj. *Great.* నల్ల adj. *black.* కుక్కను accu. sing. of కుక్క n. s. *a dog.* 3d decl. తీసుకొని *having taken;* past p|| of తీసుకొనుట v. a. *to take.* రా *come thou;* imperative sing. of వచ్చుట v. n. *to come.*

* The Nela Nemili, a game bird peculiar to Southern India.

ఎఱ్ఱ adj. *Red.* తెల్ల adj. *white.* తెప్పించు *cause to be brought;* imperative sing. of తెప్పించుట the causal voice of తెచ్చుట v. a. *to bring.*

కడమ adj. *The remaining.* క్షేమముగా * adv. *safely;* from క్షేమము * n. s. *safely.*

అలిసి *Being tired;* past p|| of అలియుట v. n. *to be tired.* వున్నవి *they are;* 3d pers. plu. neut. present tense of ఉండుట.

యింత adv. *So much.* కొంచెము adv. *a little.* దూరము *distance.* n. s. of the 2d decl. నడవడములో *in walking;* loc. case of నడవడము infinitive of నడుచుట *to walk* v. n. of the 3d conjugation. 'అవి *they;* nom. plu. of the pronoun అది *that.* యెట్లా adv. *how?* this is the interrogative of అట్లా *so* and యిట్లా *this way.* అలిసినవి *are tired;* 3d pers. plu. neut. past tense of అలియుట.

తుపాకి n. s. *A gun.* తే *bring thou;* imperative sing. of తెచ్చుట v. a. *to bring.*

మురికిగా adv. *dirtily;* from మురికి n. s. *dirt.*

దాన్ని *it;* accu. sing. of అది pronoun *that.* తమరే *yourself;* nom. plu. of తాను *he:* but this word is used as an honorific term to the second person and ē the intensive. తుడుస్తాము *we will wipe or clean;* 1st pers. plu. present tense (here used with a future sense) of తుడుచుట v. a. *to clean.* చెప్పి. past p|| of చెప్పుట *to tell* v. a. of the 1st conjug. వుంటిరి *you were;* 2d. pers. plu. past tense of వుండుట.

మంచిది *Very well:* from మంచి adj. *good* and ది for అది *that,* the pron.

వేణ్నీళ్లు *Hot water;* from వేడి adj. hot and నీళ్లు nom. plu. of నీరు n. s. *water.*

బూట్సులు *Boots;* nom. plu. of the English word.

కఱ్ఱ n. s. *A stick.* విరిగి *being broken;* past participle of విరుగుట v. n. *to break.*

కొత్తది n. s. *A new one;* from కొత్త adj. new and అది pron. that.

పాత adj. *Old.* కత్తి n. s. *a knife:* the nominative is used instead of the accu. సుత్తె n. s. *a hammer.*

వడ్లవాణ్ని accu. of వడ్లవాడు *A carpenter.* పిలువు *call thou;* 2d pers. sing. imperative of పిలుచుట *to call* v. a. of the 3d conjug.

కాడు *He is not;* 3d person sing. masc. negative Ao. of అవుట v. n. *to become.*

యినప G. of యినుము n. s. *iron.* చీల *a nail,* n. s. of the 3d decl.

కరమలవాడు n. s. *An iron-smith:* lit. a man of the Karamala-caste. లే డు *is not here;* 3d pers. sing. masc. neg. Ao. of వుండుట v. n. *to be.*

యిప్పుడు adv. *Now;* this is the proximate of అప్పుడు *then.* పోయి *having gone;* past p|| of పోవుట v. n. *to go.* చూస్తాను *I will see;* 1st pers. sing. present tense of చూచుట v. a. *to see.*

గుఱ్ఱానికి D. sing. of గుఱ్ఱము n. s. *a horse.* నిలిచేటందుకు *for standing;* from నిలిచేటి Ao. p|| of నిలుచుట v. n. *to stand* and అందుకు *thereto,* the D. of the adverb అందు *there.* చోటు n. s. *place,* of the 3d declen. లేదు *is not.* 3d pers. sing. neut. of the neg. Ao. of వుండుట.

చింత* n. s. Sorrow: లేదు is not. చింతలేదు is a phrase meaning *no matter.* వర్షము * n. s. *rain.* రాదు *will not come;* 3d pers. sing. neut. neg. Ao. of వచ్చుట v. n. *to come.*

వాన n. s. *Rain.* కురిసినదట *they say it rained;* from కురిసినది 3d pers. sing. neuter past tense of కురియుట v. n. *to rain* and అట a particle signifying *they say* contracted for అంటారు.

వినడానకు *For hearing or to hear* D. of వినడము Root in DAM. సంతోషముగా adv. *agreeably, delightfully,* from సంతోషము * n. s. *pleasure.*

ఉక్కగా adv. *Sultrily;* from ఉక్క n. s. *heat* and గా the adverbial affix. కాస్త adv. *a little.* చల్లగా adv. *coolily.*

తెల్లవార The root in (A) of తెల్లవారుట v. n. *to dawn.* వచ్చిన past Rel. p|| of వచ్చుట, with the affix అట్లు so as. వున్నది *it is;* 3d pers. sing. neuter present tense of వుండుట.

కొండ n. s. *A hill:* here the nominative is used for the accu. తిరిగి *having gone round;* past p|| of తిరుగుట v. n. *to turn or to go round.* పోదాము *let us go;* 1st pers. plu. imperative of పోవుట.

పోతున్నది *Is going;* 3d pers. sing. neut. present tense of పోవుట.

కామిలేడిపిట్ట n. s. *Florikin.*

జింకల G. plu. of జింక n. s. *a deer.* గుంపు n. s. *a herd.*

ఎనుములకై *towards the female buffaloes,* from ఎనుముల G. plu. of ఎనుము n. s. *a female buffalo* and the affix కై means *towards.* పోతున్నవి *are going;* 3d pers. plu. neut. present tense of పోవుట.

తోపు H. n. s. *A grove.* గుండా post pos. *through.*

కౌజులను accu. plu. of కౌజు n. s. *a partridge.* చూడు *see;* imperative. 2d pers. sing. of చూచుట v. a. *to see.*

యిదుగో interjec. *Look here.* కణుజు n. s. *an elk.*

ఉల్లాసముగా * adv. *Delightedly;* from ఉల్లాసము * n. s. *delight.*

కుంటేటట్టు *So as to lame,* from కుంటేటి Ao. p|| of కుంటుట v. n. *to limp* and అట్టు *so as;* an indeclinable particle.

గుర్రపువాడు n. s. *A horse-keeper;* from గుర్రపు G. sing. of గుర్రము n. s. a horse and వాడు n. s. *a man or person.*

సూర్యోదయము *The rising of the sun:* from సూర్య * n. s. *the sun* and ఉదయము * n. s. *rising.* అవుతున్నది *it is becoming;* 3d pers. sing. neut. present tense of అవుట.

పొద్దు n. s. *The sun.* పొడుస్తున్నది *it rises;* 3d pers. sing. neut. present tense of పొడుచుట v. n. *to rise,* of the 2d conjug.

యింకా adv. *More.* సేపటికి *in time;* D. sing. of సేపు n. s. *time.* ఎండ n. s. *sun-shine.* తీక్ష్ణముగా adv. *hotly, fiercely;* from తీక్ష్ణము * n. s. *heat.* ఉండును *it will be;* 3d pers. sing. Ao. of వుండుట.

మనము pron. *We,* nom. plu. of నేను *I* including the person addressed *you and I.* మళ్లుకొందాము *Let us turn back or return;* 1*st* pers. plu. imperative of the v. n. మళ్లుకొనుట (M.) of మళ్లుట v. n. *to turn.*

ఇంటికి D. of యిల్లు n. s. *a house.* పోవడములో *in going;* Loc. case of పోవడము Root in DAM of పోవుట. దారి n. s. *way.* దూరము n. s. *distance.* అనిపిస్తున్నది *it appears;* 3d pers. sing. neuter present tense of అనిపించుట v. n. *to appear.*

చెమటపట్టుతున్నది *There is a sweat,* from చెమట n. s. *sweat* and పట్టు తున్నది *it holds;* 3d pers. sing. neuter present tense of పట్టుట v. n. *to hold.*

నేలనెమలిపిట్టను accu. sing. of నేలనెమలిపిట్ట n. s. *a bird* called *Bastard florikin.* నావద్దికి *to me,* from నా the G. of the pron. నేను *I* and వద్దికి the D. of the adverb వద్ద *near.*

ఆరో పాఠము.	*Sixth Exercise.*
అవిగో మూడు యేనుగలున్ను నాలుగు లొటిపిటలున్ను పోతున్నవి.	There go three elephants and four camels.
అవి డేరాలను మోసుక పోతున్నవి.	They are carrying tents.
ఆ పెద్ద దాన్ని చూడు.	Look at the large one.
కడమ వాటికన్న అది వొక అడుగు పొడుగుగా అగుపడుతున్నది.	He seems a foot taller than the rest.
ఈ యేనుగలు యిక్కడ యెందుకు వున్నవి.	What are these elephants doing here?
దండుతో కూడా పోతున్నవి.	They are accompanying the troops.
పటాలము సమీపిస్తున్నది.	The regiment is approaching.
ఆ వాద్యము నీకు వినవస్తున్నదా?	Do you hear the band?
అది నాకు వినరాలేదు.	I do not hear it.
అది నాకు వింటున్నది.	I hear it.
అది నాకు బాగా వినవస్తున్నది.	I hear it very well.

వాడు యెవడు?	Who is that man?
అతడు వేటగాడు.	He is a (shicaree) native sportsman, a fowler.
వాణ్ని పిలువు.	Call him.
అదుగో నాలుగు ఆవులు మేస్తున్నవి.	There are four cows grazing.
ఓ యబ్బా యెన్ని పందులు.	What a number of pigs.
అవి వుప్పరవాండ్లవి.	They belong to the tank diggers.
హిందువులు వాటిని తింటారా?	Do the Hindus eat them?
కొందరు కులస్థులు తింటారు.	Some castes do.
చెంచు వాండ్లు వీటిని కూడా తింటారు.	Savages eat them also.
చెంచువాండ్లనగా యెవరు?	Who are savages?
అడవులలో వుండే వాండ్లు.	People who live in the woods.
వాండ్లు అప్పుటప్పుటికి వూళ్లలోకి వస్తారు.	They often come down to the villages.
వాండ్లు యేమైనా తొందర చేస్తారా?	Do they do any harm?
లేదు.	No.
గొర్రెలను మేకలను కోళ్లను తింటారా?	Are not sheep, goats, and fowls eaten?
అగత్యముగా హిందువులలో అనేక కులస్థులు తింటారు. తురకలున్ను తింటారు.	Certainly, by many classes of Hindus and Musulmans.

బ్రాహ్మణులున్ను మేకమాంసము తినడము లేదా?	Do not bramins also eat mutton?
అవును, యజ్ఞములలో తింటారు.	Yes; at sacrifices.
కరువు కాలములో మాలవాండ్లు బహుశః యెనుములనున్ను గాడిదెలనున్ను దొంగిలించి తింటారు.	In time of scarcity parias sometimes steal buffaloes or asses and eat them.

ANALYSIS.

ఆరో *Sixth;* the ordinal numeral of ఆరు the cardinal numeral.

అదిగో Interj. *Lo, behold.* యేనుగలు nom. plu. of యేనుగ *an elephant.* లొట్టిపిటలు nom. plu. of లొట్టిపిట *a camel,* of the 3d Declen.

మోసుకొనిపోతున్నవి *They are carrying,* from మోసుకొని past p‖ of మోసుకొనుట (M.) of మోసుట *to carry, to bear* and పోతున్నవి 3d pers. plu. neut. present tense of పోవుట.

పెద్దదాన్ని *Large one;* accu. sing. of పెద్దది n. s. *it that is large:* from పెద్ద adj. *large* and అది pron. *it.*

వాటికన్న *Than them;* from వాటి G. plu. of అది and కన్న past Rel. p‖ of కనుట v. a. *to see,* signifying *than.* అడుగు n. s. *a foot step: the length of* 12 *inches.* పొడుగుగా adv. *highly,* interpreted by the adjective, *high, tall;* from పొడుగు n. s. *tallness,* and గా the adverbial affix. అగుపడుతున్నది *it appears;* 3d person sing. neuter present tense of అగుపడుట v. n. *to appear.*

ఎందుకు *Why, where for;* the D. of యెందు adv. *where.*

దండుతో *With the troops,* from దండు n. s. *an army* and తో *with,* post position. కూడా adv. *along with;* root in [A.] of కూడుట v. n. *to join.*

పటాలము n. s. *The English word Battalion.* సమీపిస్తున్నది *is approaching;* 3d pers. sing. neuter present tense of సమీపించుట* v. n. *to approach.*

వాద్యము * n. s. *Music.* వినవస్తున్నదా *is it heard ;* lit. *does it come to be heard,* from విన the root in [A.] of వినుట v. a. *to hear* and వస్తున్నది 3d pers. sing. neuter present tense of వచ్చుట v. n. *to come,* with ā the affix denoting question.

వినరాలేదు *it is not heard,* from విన the root in A. of వినుట and రా the root in A. of వచ్చుట with లేదు *it is not.*

వింటున్నది *it hears, it is heard.* 3d pers. sing. neuter present tense of వినుట.

వాడు pronoun *He.* యెవడు *who?* Interrogative, mas. pron.

అతడు pron. *He.* వేటగాడు n. s. *a huntsman,* from వేట n. s. *chase* and గాడు another form of వాడు *a man, a person.*

వాణ్ని *Him,* accu. sing. of the pron. వాడు.

ఆవులు nom. plu. of ఆవు n. s. *a cow,* of the 3d Decl. మేస్తున్నవి *are grazing ;* 3d pers. plu. neuter present tense of మేయుట v. a. *to graze.*

ఓ interj. *Oh.* అబ్బా *Oh father ;* vocative of అబ్బ n. s. *a father.* This word is a mere exclamation like O Dear. పందులు nom. plu. of పంది n. s. a *pig.*

ఉప్పరవాండ్లవి *They belong to the tank-diggers ;* from ఉప్పర *name of a certain caste,* వాండ్ల infl. of వాండ్లు *people* and అవి neuter plu. of అది pron. *it.*

హిందువులు nom. plu. of హిందువు n. s. *a Hindu or native of India.* వాటిని *them ;* accu. plu. of the pron. అది *that thing.* తింటారా do they eat? 3d pers. plu. present tense of తినుట v. a. *to eat.*

కొందరు pron. *Some,* denoting masc. and femin. కులస్థులు nom. plu. of కులస్థుడు a person of the caste.

చెంచువాండ్లు n. s. Savages, from చెంచు *a name* and వాండ్లు *people.* వీటిని *these (things)* accu. plu. neuter of ఇది pron. *this [thing.]*

ఎవరు *Who?* interrogative pron. masc. plu. of ఎవడు *who* or *which man?*

అడవులలో *In the woods ;* Loc. plu. of అడవి n. s. *a forest.* వుండే *that are ;* Ao. p|| of వుండుట v. n. to be.

అప్పటప్పటికి. అప్పుడు adv. *Then, that time.* అప్పటికి Dative, *For or at that time.* Here, the word is repeated and the entire phrase means, *now and then.*

ఊళ్లల్లో Loc. plu. of ఊరు n. s. *a village*, to which కి the sign of the D. is added, denoting *into*.

ఏమైనా *Anything;* from ఏమి pron. *what?* and అయినా *if it be;* past Rel. p‖ of అవుట v. n. *to become.* చేస్తారా *do they make?* 3d pers. plu. present tense of చేయుట v. a. *to make*, to do.

గొర్రెలను accu. plu. of గొర్రె n. s. *a sheep.* మేకలను accu. plu. of మేక n. s. *a she goat.* కోళ్లను accu. plu. of కోడి n. s. *a fowl.*

అగత్యముగా adv. *Certainly.*

అనేక * adj. *Many.* కులస్థులు nom. plu. of కులస్థుడు a person of the caste.

తురకలు nom. plu. of తురక n. s. *a musulman.*

బ్రాహ్మణులు nom. plu. of బ్రాహ్మణుడు * n. s. *a bramin.*

మాంసము* n. s. *Flesh;* nom. is used instead of accu. తినడము *the eating;* Root in DAM of తినుట v. a. *to eat.*

యజ్ఞములలో Loc. plu. of యజ్ఞము *n. s. *a sacrifice.*

కరువు n. s. *A famine.* కాలములో Loc. sing. of కాలము * n. s. *time.* మాలవాండ్లు nom. plu. of మాలవాడు *a paria;* from మాల adj. and వాండ్లు *people.* బహుశః * adv. *for the most part.* గాడిదెలను accu. plu. of గాడిదె n. s. *an ass.* దొంగిలించి *having stolen;* past. p‖ of దొంగిలించుట v. a. *to steal.*

ఏడో పాఠము.	*Seventh Exercise.*
ఆ యెర్రటి వాడు యెవడు?	Who is that fair man?
అతడు గుడి బ్రాహ్మణుడి వలె వున్నది.	He seems to be a temple bramin.
అతడి చేత వుండేది యేమి?	What is that in his hand?
ఒక పుస్తకము.	It is a book.
పుస్తకమా? అది నల్ల కర్ర వలె వున్నది.	A book? it looks like a black piece of wood.
అది తాటాకులలో వ్రాసిన గ్రంథము.	It is a book written on palm leaves.

అది యేమిటో or యేమి గ్రంథమో.	I wonder what it is (or) what book it is.
మనము అతణ్ని అడుగుదాము.	Let us ask him.
అది యేమి పుస్తకమ'య్యా?	Sir, pray what book is that?
పంచాంగము.	An almanac.
ఏ సంవత్సరపుది.	For what year?
ఈ సంవత్సరపుది.	For the present year.
ఇది యే సంవత్సరము?	What year is it?
సాధారణనామ సంవత్సరము.	The year Sadharana.
ఏమి; సంవత్సరములకు పేళ్లు కలవా?	What, have the years names?
అవునయ్యా పేళ్లు కలవు.	Yes Sir, there are names.
అవిగో నాలుగు కోతులు వున్నవి.	There are four monkeys.
అవి అప్పటప్పటికి దుడుకు చేస్తవి.	They sometimes do mischief.
ఆ స్థల మే'మిటిది?	What place is that?
అది వూరి బడి; ఈయన చదువులయ్యవారు.	It is the village school: this man is the schoolmaster.
ప్రతి దినమున్ను చదివి అయిన తర్వాత పిల్లకాయలు గుణకారమున్ను ౧౨ నెలల పేళ్లున్ను ప్రభవాదులున్ను చెప్పుతారు.	At the end of each day's reading the boys repeat the multiplication table, the names of the 12 months and of the 60 years.

ANALYSIS.

ఏడో Seventh ; ordinal numeral of ఏడు Seven.

మొగ్గరటి adj. 'Fair,' from ఎగ్గర adj. *fair* and టి an affix.

గుడి n. s. *A temple;* of the 3d declension. బ్రాహ్మణుడి G. sing. of బ్రాహ్మణుడు * n. s. *a bramin.* వలె adv. *like.*

అతడి G. sing. of అతడు pron. *he.* చేత Loc. sing. of చెయ్యి *the hand.* వుండేది *that which* is; Infinitive in ది of ఉండుట.

పుస్తకము * *A book.* n. s. of the 2d decl.

తాటాకులలో Loc. plu. of తాటాకు *a palm leaf.* వ్రాసిన *written,* past Rel. p|| of వ్రాయుట v. a. *to write.* గ్రంథము * n. s. *a book.*

యేమిటో A phrase, meaning *I know not what it is,* lit. "It is something or other."

అడుగుదాము *Let us ask ;* 1st pers. plu. Imperative of అడుగుట v. a. *to ask.*

పంచాంగము * n. s. *An almanac.*

ఏ *Which?* an indeclinable interrogative pron. సంవత్సరపుది * *that of a year,* from సంవత్సరపు G. sing. of సంవత్సరము * n. s. *a year,* to which ది for అది is added.

సాధారణనామ * *Having the name* 'Sādharana.'

పేళ్లు Nom. plu. of పేరు n. s. *a name.* కలవు *there are ;* 3d pers. plu. neuter Ao. of కలుగుట v. n. *to be.*

కోతులు Nom. plu. of కోతి n. s. *a monkey.*

దుడుకు n. s. *Mischief.* చేస్తవి *they do ;* 3d pers. plu. neuter present tense of చేయుట v. a. *to make, to do.*

స్థలము * n. s. *A place.* ఏమిటది *what is that?* from ఏమిటి *what ;* pron. and ది for అది *it.*

బడి n. s. *A school.* ఈయన pron. *He,* or *his honour, his reverence.* చదువులయ్యవారు *A schoolmaster,* from చదువుల gen. plu. of చదువు n. s. *reading : study,* and అయ్యవారు n. s. *Sir, master.*

దినమున్ను *Every day;* from దినము * n. s. *a day* and న్ను the conjunc. *and;* applied here for emphasis. చదివి *having read;* past p‖ of చదువుట v. a. *to read.* అయిన past Rel. p‖ of అవుట v. n. *to become.* Here meaning *to be over, to be finished.* తర్వాత adv. *afterwards.* గుణకారము * n. s. *the multiplication table.* ౧౨ *Twelve:* (the numeral.) నెలల plu. infl. of నెల *a month.* ప్రభవాదులు * Prabhava, &c. from ప్రభవ a proper name and ఆది *etcetera.* చెప్పుతారు *they repeat;* 3d pers. plu. present tense of చెప్పుట v. a. *to repeat, to say.*

ఎనిమిదో పాఠము.	*Eighth Exercise.*
ఈ మూడు దినములుగా నీవు నా వద్దకి రాక పోతివి.	You did not come to me for the last three days.
లేదయ్యా నేను వొళ్లు కుదురు లేక వుంటిని.	No sir,—I was unwell.
నీకు వొళ్లు యేమి?	What was the matter with you?
ఒక కట్టె నా కాలి మీద పడి దాని కొన బాగా గుచ్చుకొన్నందున, కాలు వాచినది. యిప్పటికిన్ని నిండా వాచి యున్నది. తమరు చూడండయ్యా.	A piece of wood fell on my foot, and the corner struck me severely; so that the foot swelled up; you see sir it is still much swollen.
వైద్యుణ్ణి పిలిపించినావా?	Did you send for a doctor?
పిలిపించినాను గాని అతడు జెలగలు కరిపించవలెనంటాడు.	Yes sir, but he proposed applying leeches.

వాటిని కరిపించ లేదా?	Did you not apply them?
కరిపించ లేదయ్యా, నెత్తురు తీస్తే మేము తాళ లేము.	No sir; we cannot endure the drawing of blood.
నీవు వాటిని కరిపించి వుంటే, నీకు త్వరగానే కుదిరి వుండును.	If you had applied them you would have been well much sooner.
అవునయ్యా, అట్లా అంటారు. నేను యింకా కొంచెము కుంటుతున్నాను.	Yes sir, so they say; I still limp a little.

ANALYSIS.

ఎనిమిదో *The eighth;* ordinal numeral of ఎనిమిది *eight.*

ఈ Adjective pron. *this.* దినములుగా *for days,* from దినములు nom. plu. of దినము * n. s. *a day* and గా the adverbial affix. నీవు pron. *thou.* రాకపోతివి *(thou) didst go without coming;* i. e. *thou didst not come,* from రాక the neg. p|| in క of వచ్చుట v. n. *to come* and పోతివి 2d pers. sing. past tense of పోవుట v. n. *to go.*

ఒళ్లు n. s. *The body.* కుదురులేకవుంటిని *I was without health,* from కుదురు n. s. *health,* లేక *without;* the neg. p|| in క of ఉండుట v. n. *to be* and వుంటిని 1st pers. sing. past tense of ఉండుట.

కఱ్ఱ n. s. *A stick.* కాలిమీద *on the foot,* from కాలి the infl. sing. of కాలు n. s. *the foot* and మీద affix; *upon.* దాని infl. sing. of అది pron. *that thing.* కొన n. s. *the point.* గుచ్చుకొన్నందున *by having pricked;* from గుచ్చుకొన్న the Rel. past p|| of గుచ్చుకొనుట (M) of గుచ్చుట v. a. *to pierce* and అందున *thereby;* abla. of అందు adv. *there.* వాచినది *swelled up.* 3d pers. sing. neuter past tense of వాచుట v. n. *to swell.* యిప్పటికిన్ని *even at this time, still,* from యిప్పటికి the D. of ఇప్పుడు adv. *now* and న్ని conjunc. intensive. వాచియున్నది *(it) is swollen,* from వాచి past p|| of వాచుట and వున్నది *it is;* 3d pers. sing. neuter present tense of ఉండుట.

చూడండి *please to look at;* 2d pers. plu. imperative of చూచుట v. a. *to see, to look.*

వైద్యుణ్ని Accu. sing. of వైద్యుడు *n. s. *A doctor.* పిలిపించినావా *did you have him called?* 2d pers. sing. past tense of the causal verb పిలిపించుట *to send for.*

పిలిపించినాను *I sent for* (*him*) 1st pers. sing. past tense of the causal verb పిలిపించుట. జెలగలు Nom. plu. of జెలగ n. s. *a leech.* కరిపించవలెను *must apply,* from కరిపించ root in (A) of the causal verb కరిపించుట *to make it bite,* which is derived from కరుచుట v. a. *to bite,* and వలెను *must,* a defective verb. అంటాడు *he says;* 3d pers. sing. masc. present tense of అనుట v. a. *to say.*

నెత్తురు n. s. *Blood.* తీస్తే *if* (—) *draw;* conditional form of తీయుట v. a. *to draw.* తాళలేము *we cannot endure,* from తాళ root in (A) of తాళుట v. a. *to endure* and లేము *we cannot;* 1st pers. plu. neg. avorist of కలుగుట v. n. *to be able.*

కరిపించివుంటే *If* (—) *had applied,* from కరిపించి past p|| of the causal verb కరిపించుట *to make it bite,* from కరుచుట v. a. *to bite,* and వుంటే *if* (—) *had been;* conditional form of ఉండుట *to be.* కుదిరి past p|| of కుదురుట v. n. *to be cured.* వుండును (*it*) *would be;* 3d pers. sing. neuter avorist of ఉండుట.

అట్లా adv. So. అంటారు *they say;* 3d pers. plu. present tense of అనుట. కొంచెము adv. A little. కుంటుతున్నాను *I limp;* 1st pers. sing. present tense of కుంటుట v. n. *to limp.*

తొమ్మిదో పాఠము.	*Ninth Exercise.*
అయ్యా రామస్వామి మె నిమిది దినములకు శలవు అడుగు తున్నాడు.	Sir, Ramaswamy begs leave of absence for a week.
అది వేమి సంగతి?	What is the matter?

అతను మొన్నటి రాత్రి నిండా అస్వస్థముగా వుండెను.	He was very unwell the night before last.
అయ్యో, పాపము.	I am sorry to hear it.
అతడు నిన్నటి దినమంతా లంకణము.	He fasted all yesterday.
నేడు అతనికి చలిజ్వరము నిండా అధికముగా వున్నది.	He is much worse to-day with fever and ague.
వాంతి బలముగా వుండెను.	The vomiting was violent.
వాంతి భ్రాంతి రోగమని సందేహిస్తున్నారా ?	Do they apprehend cholera?
లేదయ్యా, యిక్కడ సంవత్సరము నుంచి వాంతి భ్రాంతి లేదు.	No sir; there has been no cholera here for a year past.
వాంతి భ్రాంతి వల్ల బహుమంది చచ్చినారా ?	Did many die of the cholera?
అవునయ్యా, అనేకులు చావని వీధి వొకటైనా లేదు.	Yes sir, there was not a street in which several deaths did not occur.
అయ్యా రామస్వామి వచ్చినాడు. తమ్మును చూడవలెనని మనవి చేస్తున్నాడు.	Sir, Ramaswamy has come and begs to see you.
మంచిది, రామస్వామీ లోపలికిరా, కూచుకొండు, యేమి సంగతి ?	Very well; come in Ramaswamy; sit down: what is the matter?

అయ్యో నేను నిండా అస్వస్థముగా వున్నాను.	O sir I am very unwell.
నేడు నేను మిక్కిలిన్ని అస్వస్థముగా వున్నాను.	I feel very unwell to-day.
అతణ్ని పొమ్మందునా?	Shall I desire him to go?
పొమ్మను.	Yes.
చేతులు యెంగిలి చేసుకో వద్దు. అందువల్ల ప్రక్కన వుండే వాండ్లు అసహ్యపడుతారు.	Avoid defiling your hands with spittle: bystanders have a horror of this.

ANALYSIS.

తొమ్మిదో *Ninth;* ordinal numeral of తొమ్మిది *nine.*

రామస్వామి * n. s. *Ramaswamy;* nom. sing. a proper name. సెలవు * n. s. *leave.* అడుగుతున్నాడు (*he*) *is asking;* 3d pers. sing. masc. present tense of అడుగుట v. a. *to ask.*

సంగతి n. s. *Matter, affair, circumstance.*

అతను pron. *He.* మొన్నటి infl. sing. of మొన్న adv. *the day before yesterday.* రాత్రి * n. s. *night.* Here the nomi. is used for the Locative. నిండా adv. *much, very.* అస్వస్థముగా adv. *not soundly, i. e. sick, unwell,* from అస్వస్థము * n. s. *illness* and గా. వుండెను (*he*) *was;* 3d pers. sing. masc. past tense of ఉండుట.

అయ్యో interj. *Oh.* పాపము * interj. *alas.*

నిన్నటి infl. of నిన్న adv. *Yesterday.* అంతా adj. pron. *all.* లంకణము n. s. *abstinence, fasting when sick.*

అతనికి *To him;* D. sing. of అతడు pron. *he.* చలిజ్వరము *ague,* from చలి n. s. *cold* and జ్వరము* n. s. *fever.* అధికముగా adv. *much, greatly,* from అధికము * adj. *much, great.*

వాంతి n. s. *Vomiting*. బలముగా adv. *strongly, violently, powerfully,* from బలము * n. s. *strength, violence.*

వాంతిభ్రాంతి * n. s. *The cholera,* from వాంతి and భ్రాంతి * n. s. *delirium.* రోగము n. s. *disease, sickness.* సందేహిస్తున్నారా *Do they doubt?* 3d pers. plu. present tense of సందేహించుట v. n. *to suspect, to doubt.*

నుంచి Postposition; *from, since.*

బహుమంది *Many people,* from బహు * adj. *many, numerous* and మంది n. s. *people, persons.* చచ్చినారా *did they die?* 3d pers. plu. past tense of చచ్చుట v. n. *to die* and ā the interrogation.

అనేకులు * n. s. *Many people,* derived from the Sanscrit అనేక adj. *much, many.* చావని *that did not die;* neg. Rel. p|| of చచ్చుట. వీధి* n. s. *a street.* ఒకటైనా *even one,* from ఒకటి *one;* neuter *numeral* and అయినా past Rel. p|| of అవుట v. n. *to become,* meaning *even or at least.*

వచ్చినాడు *He has come;* 3d pers. sing. masc. past tense of వచ్చుట *to come.* తమ్మును accu. plu. of తాము pron. *you, or your honor.* చూడవలెనని *saying that (he) must see,* from చూడ root in (A) of చూచుట v. a. *to see.* వలెను *must* and అని past p|| of అనుట v. a. *to say.* మనవి n. s. *a request.* చేస్తున్నాడు *he makes;* 3d pers. sing. masc. present tense of చేయుట v. a. *to make, to do.*

మంచిది adv. *Very well,* from మంచి adj. *good, excellent* and ది for అది pron. *it.* రామస్వామీ Voc. sing. of *Ramaswamy;* a proper name. లోపలికి D. sing. of లోపల adv. *inside.* రా *come thou;* 2d pers. sing. imperative of వచ్చుట. కూచుండు 2d pers. sing. imperative of కూర్చుండుట v. n. *to sit down.*

పొమ్మందునా *Shall I tell (—) to go;* from పొమ్ము *go thou;* 2d pers. sing. imperative of పోవుట v. n. *to go* and అందును 1st pers. sing. avorist of అనుట, with ā denoting question.

అను *Say thou;* 2d pers. sing. imperative of అనుట.

చేతులు Nom. plu. of చెయ్యి n. s. *The hand.* ఎంగిలి n. s. *spittle.* adj. *defiled with spittle.* చేసుకోవద్దు *do not make,* from చేసుకో root in (A) of చేసుకొనుట (M) of చేసుట *to do,* and వద్దు *must not;* a defective verb. It is added to the root in (A) of any verb giving the sense *don't.* అందువల్ల *thereby,* from అందు adv. *there* and వల్ల *by;* postposition. ప్రక్కన *on the side;* Loc. sing. of ప్రక్క n. s. *side, quarter.* అసహ్యపడుతారు (*they*) *are disgusted;* 3d pers. plu. present tense of అసహ్యపడుట v. n. *to be disgusted.*

పదోపాఠము.	*Tenth Exercise.*
అబ్బా నేడేమి యెండ!	How hot is to-day!
ఆకు ఆడ లేదు.	There is a complete lull.
మహా వుక్కగా వున్నది.	It is very close.
ఈ దేశమునకు నేను వచ్చిన తర్వాత నేడే మహత్తైన యెండ.	This is the hottest day I have known since my arrival in this country.
నిప్పులు కురుస్తున్నవి.	It rains flames.*
మనకు వూపిరి తిరగడము కష్టముగా వున్నది.	We can hardly breathe.
దేహములోని ద్రవమంతా పీల్చి వేస్తున్నది.	It is very exhausting.
ఘాలివాన కొట్టబోయ్యేటట్టు వున్నది.	Probably we shall have a storm.

* A Hindu phrase.

పోయిన సంవత్సరము యీ కాలములో బలమైన వాన కురిసినది.	Last year at this period there was violent rain.
మబ్బు వేస్తున్నది.	It is becoming cloudy.
చీకటిగా వున్నది.	It is dark.
పక్షులు నిశ్శబ్దముగా వున్నవి.	The birds are silent.
నిన్నటి రాత్రి వుసిళ్లు బైలు దేరినవి.	Last night the flying white ants appeared.*
కొంచెము వురుముతున్నది.	There is a little thunder.
కొన్ని చినుకులు పడుతున్నవి.	There are a few drops of rain.
నిండా పెద్ద చినుకులు.	Very large drops.
కాక మరీమరీ అధిక మవుతున్నది.	The heat is growing more and more oppressive.
ఉక్క మరిన్ని అధికమ'వుతున్నది.	The closeness is increasing.
గాలి అతిశయిస్తున్నది.	The wind is rising.
అబ్బా యేమి వడగాడ్పు!	How hot the breeze is!
వాన హెచ్చ'వుతున్నది.	The rain is increasing.
గాలి బలమ'వుతున్నది.	The storm is becoming violent.
తలుపులు ముయ్యి.	Close the doors.
అడ్డ మాను వెయ్యి.	Fasten the bar.

* A symptom of approaching rain.

కిటికీలను భద్రము చెయ్యి.	Secure the windows.
గాలి ప్రచండముగా వున్నది.	The wind is furious.
చెట్లు యేమి అల్లాడుతవి!	How the trees wave about!
అబ్బా యేమి మెరుపు!	What a bright flash of lightning.
అబ్బా యేమి వురుము!	What a loud peal of thunder!
వాన మరీమరీ బలమవుతున్నది.	The rain becomes heavier.
మన మాటలే మనకు వినరావడము కష్టముగా వున్నది.	We can hardly hear our own voices.
నాకు వొకఃటిన్ని వినలేదు.	I feel quite deaf.
వడిగండ్లు పడుతున్నవి.	The hail is falling.
నాకు వొక పెద్ద వడిగల్లు దొరికినది.	I have got a large hail-stone.
అవి కరిగి పోతున్నవి.	They are melting.
ఉత్తరపు గాలి నిలిచి దక్షిణపు గాలి తిరిగినది.	The wind has changed from north to south.
గాలి దెబ్బకు వొక తలుపు విరిగి తెరుచుకొన్నది.	One door is burst open by a gust of wind.
ఆ చెట్టు కొమ్మ విరిగినది.	The branch of that tree has been torn off.
ఈ రెండు చెట్లు వేళ్లతో పెళ్లగిలినవి.	These two trees are torn up by the roots.
గాలి మట్టు పడుతున్నది.	The wind is slackening.

గాలివాన నిలిచినది.	The storm is over.
అంతా యేక జలప్రళయము గా వున్నది	The whole place is flooded.
జనులు నీళ్లలో నడుస్తారు.	There are people wading.
అయ్యా, గుర్రపు లాయం యొక్క చివర గాలికి కూలినది.	Sir, the end of the stable is blown down.
మూడు గుడిసెలు పాడై పోయినవి.	Three huts are destroyed.
అక్కడ యెవరికిన్ని అపాయము లేదు.	No mischief was done to any one there.
పొరిగింట్లో యిద్దరు పిల్లలు చచ్చినారట.	They say two children have been killed in the next house.
పోయిన సంవత్సరము వొకని మీద పిడుగు పడి చచ్చినాడు.	Last year a man died being struck by lightning.
వాని దేహము మీద యేమిన్ని గాయము లేదు.	There was no wound on his body.
మెట్టుకు బయిట గాయము గా యేమిన్ని అగుపడ లేదు.	At least there was no apparent wound.
ఈ వూరి గుండా పోదాము.	Let us go through the village.

అయ్యో యేమి ఆపద!	What terrible distress!
ముగ్గురు స్త్రీలు యేడుస్తున్నారు.	Three women are weeping.
ఇక్కడ వొకడు చచ్చినాడని విన్నాను.	I hear a man was killed here.
యేరు వెల్లువ వస్తున్నది.	The river is flooded.
అనేక గుడిసెలు కొట్టుకొని పోయినవి.	Several huts have been swept away.
అనేక పశువులు చచ్చినవి.	Many cattle have perished.
పంటకు నిండా చెరుపౌను.	It will do great injury to the crops.
ఇందువల్ల ధాన్యపు ధర తగ్గును.	It will cause the price of grain to rise.*
కొన్ని వాడలు గట్టు తట్టినవట.	They say several ships have run ashore.
కొన్ని నడి సముద్రములోకి పోయినవి.	Some went out to sea.
ఏక పాడు అయినది.	Dreadful damage has been done.
బీదవాండ్లు నిండా శ్రమ పడుతున్నారు.	The poor suffer greatly.

* The price of grain (taggunu) will fall: The English phrase would be, that the price will *rise*: because the English use one fixed measure for grain, while the money price varies. Whereas the Hindus speak of one fixed sum of money, while the quantity of grain varies. Thus rice may be one day eight measures to the pagoda: whereas if the price changes and rice becomes cheaper, it may be nine or ten measures to the pagoda: this we call a fall in the price: the Hindus call t a rise. See note in English Telugu Dictionary on Price,

ANALYSIS.

పదో *Tenth ;* ordinal numeral.

అబ్బా interj. *Ah, Oh.*

ఆకు n. s. *A leaf.* ఆడలేదు (—) *did not move or shake,* from ఆడ Root in (A) of ఆడుట v. n. *to move* and లేదు.

మహా * adv. *Much.*

ఈ *This ;* adjec. pron. దేశమునకు D. sing. of దేశము* n. s. *a country.* వచ్చిన *that came ;* past Rel. p‖ of వచ్చుట v. n. *to come.* తర్వాత adv. *afterwards.* మహత్తైన *excessive,* from మహత్తు * adj. *great, large* and అయిన past Rel. p‖ of అవుట which is added to adjectives.

నిప్పులు *Fires ;* nom. plu. of నిప్పు n. s. *fire.* కురుస్తున్నవి *are raining,* i. e. *are falling in showers ;* 3d pers. plu. neuter pres. tense of కురియుట v. n. *to rain.*

మనకు *To us ;* D. plu. of నేను pron. *I.* ఊపిరితిరగడము *the breathing,* from ఊపిరి n. s. *breath* and తిరగడము *turning ;* Infinitive in Damu of తిరుగుట v. n. *to turn.* కష్టముగా from కష్టము * adj. *difficult, hard* and గా the adverbial affix.

దేహము * n. s. *The body.* లోని *which are in ;* infl. of లోను or లో *in ;* postposition. ద్రవము * n. s. *wetness, moisture.* అంతా *all ;* neuter adj. pron. పీల్చివేస్తున్నది *it draws up,* from పీల్చి past p‖ of పీల్చుట v. a. *to draw up* and వేస్తున్నది 3d pers. sing. pres. tense of వేయుట v. a. *to throw &c.* It is added to the past participles to denote that the action is completely finished.

గాలివాన *Storm, tempest,* from గాలి n. s. *wind* and వాన n. s. *rain.* కొట్టబోయ్యేటట్టు *as if it is going to strike ; i. e. to happen,* from కొట్ట Root in (A) of కొట్టుట v. n. *to strike, to blow,* పొయ్యేటి the Ao. Rel. p‖ of పోవుట v. n. *to go,* and అట్టు an affix meaning *so as, so that, as if.*

పోయిన *Last, that which went ;* past Rel. p‖ of పోవుట. బలమైన * adj. *strong, heavy.* కురిసినది *it rained ;* 3d pers. sing. neuter past tense of కురియుట.

మబ్బు n. s. *Cloud.* వేస్తున్నది (*it*) *is spreading;* 3d pers. sing. neuter pres. tense of వేయుట.

చీకటిగా adv. *Dark,* from చీకటి n. s. *darkness* and గా.

పక్షులు Nom. plu. of పక్షి * n. s. *a bird.* నిశ్శబ్దముగా * adv. *silently.* వున్నవి (*they*) *are;* 3d pers. plu. neuter pres. tense of ఉండుట v. n. *to be.*

రాత్రి n. s. *Night.* Here nom. is used for the Loc. ఉశిళ్లు *winged white ants;* nom. plu. బైలుదేరినవి 3d pers. plu. neuter past tense of బయిలుదేరుట v. n. *to set out.*

కొంచెము adv. *A little.* ఉరుముతున్నది *it thunders.* 3d pers. sing. neuter pres. tense of ఉరుముట v. n. *to thunder.*

కొన్ని *A few;* neuter adj. pron. చినుకులు nom. plu. of చినుకు n. s. *a drop of rain.* పడుతున్నవి 3d pers. plu. neuter pres. tense of పడుట v. n. *to fall.*

నిండా adv. *Much.* పెద్ద adj. *large, great.*

కాక n. s. *Heat.* మరీమరీ adv. *more and more.* అధికమవుతున్నది (*it*) *is increasing,* from అధికము * adj. *excessive* and అవుతున్నది 3d pers. sing. neuter pres. tense of అవుట.

మరిన్ని adv. *Besides, moreover.*

అతిశయిస్తున్నది 3d pers. sing. neuter present tense of అతిశయించుట v. n. *to increase.*

వడగాడ్పు *Land wind,* from వడ n. s. *heat* and గాడ్పు n. s. *the wind.*

హెచ్చవుతున్నది (*it*) *is increasing,* from హెచ్చు n. s. *increase* and అవుతున్నది 3d pers. sing. neuter pres. tense of అవుట.

బలమవుతున్నది (*it*) *is becoming violent* or *strong,* from బలము * n. s. *strength* and అవుట.

తలుపులు Nom. plu. of తలుపు n. s. *a door.* మూయి *shut thou;* 2d pers. sing. imperative of మూయుట v. a. *to shut, to close.*

పెండెము n. s. *A wooden bar used to fasten a door.* వెయ్యి *fasten thou;* 2d pers. sing. imperative of వేయుట v. a. *to fasten, to throw.*

కిటికీలను Accusative sing. of కిటికీ (H) n. s. *a window.* భద్రముచెయ్యి

secure thou, from భద్రము * n. s. *safe* and చెయ్యి *make thou;* 2d pers. sing. imperative of చేయుట v. a. *to do.*

ప్రచండముగా adv. *Furiously.*

చెట్లు Nom. plu. of చెట్టు n. s. *a tree.* ఏమి pron. *what.* అల్లాడుతవి 3d pers. plu. neuter present tense of అల్లాడుట v. n. *to wave about, to be agitated.*

మెరుపు n. s. *Lightning.*

ఉరుము n. s. *Thunder.*

మన Our; Gen. plu. of నేను *I.* మాటలే nom. plu. of మాట n. s. *a word,* with ē added to denote emphasis. వినరావడము *the hearing,* from విన Root in A of వినుట v. a. *to hear,* and రావడము Infinitive in Damu of వచ్చుట v. n. *to come.*

నాకు *To me.* D. sing. of నేను.

ఒకటిన్ని *Any thing, even one,* from ఒకటి *one;* neuter numeral and న్ని conjunc. intensive. వినలేదు *is not heard,* from విన Root in (A) of వినుట v. a. *to hear* and లేదు. This is the same as వినబడలేదు.

వడిగండ్లు Nom. plu. of వడిగల్లు n. s. *a hailstone.*

ఒక *One;* numeral adj. దొరికినది 3d pers. sing. neuter, past tense of దొరుకుట v. n. *to be obtained.*

అవి *They;* nom. plu. of అది pron. *it.* కరిగిపోతున్నవి *(they) are melting,* from కరిగి past p|| of కరుగుట v. n. *to melt* and పోతున్నవి 3d pers. plu. neuter pres. tense of పోవుట v. n. *to go,* denoting completion.

ఉత్తరపు Infl. sing. of ఉత్తరము * n. s. *the north.* నిలిచి past p|| of నిలుచుట v. n. *to stop.* దక్షిణపు infl. sing. of దక్షిణము * n. s. *the south.* తిరిగినది 3d pers. sing. neuter past tense of తిరుగుట v. n. *to turn or be changed.*

దెబ్బకు *At the blow;* D. sing. of దెబ్బ n. s. *a blow, a stroke.* తెరచుకొన్నది 3d pers. sing. neuter past tense of తెరచుకొనుట v. n. *to be burst open.*

ఆ *That;* adj. pron. కొమ్మ n. s. *a branch.* విరిగినది 3d pers. sing. neuter past tense of విరుగుట v. n. *to be broken, be torn off.*

వేళ్లతో Ablative plu. of వేరు n. s. *a root.* పెళ్లగిలినవి 3d pers. plu. neuter past tense of పెళ్లగిలుట v. n. *to be rooted up, or be torn off.*

మట్టుపడుతున్నది *(it) is decreasing, slackening,* from మట్టు n. s. *limit* and పడుట v. n. *to fall.*

నిలిచినది 3d pers. sing. neuter past tense of నిలుచుట v. n. *to stop.*

ఏకజలప్రళయము *One flood of water,* from ఏక * *one,* జల * *water* and ప్రళయము * n. s. *flood.*

జనులు *People;* nom. plu. of జనుడు * n. s. *a man.* నీళ్లలో Loc. plu. of నీరు * n. s. *water.* నడుస్తారు *(they) are walking;* 3d pers. plu. masc. and fem. pres. tense of నడుచుట v. n. *to walk.*

గుర్రపు Gen. sing. of గుర్రము n. s. *a horse.* లాయపు Gen. sing. of లాయము n. s. *a stable.* చివర n. s. *the point, end.* కూలినది 3d pers. sing. neuter past tense of కూలుట v. n. *to fall down.*

గుడిసెలు Nom. plu. of గుడిసె n. s. *a hut.* పాడైనవి *(they) are destroyed,* from పాడు n. s. *ruin* and అయినవి 3d pers. plu. neuter past tense of అవుట v. n. *to become.*

అక్కడ adv. *There.* యెవరికిన్ని *to any one;* D. plu. of the interrogative pron. యెవ్వడు *who?* and న్ని conjunc. intensive. అపాయము * n. s. *danger, mischief.*

పొరిగింట్లో *In the neighbouring house,* from పొరుగు adj. *neighbouring* and యింట్లో Loc. sing. of యిల్లు n. s. *a house.* యిద్దరు *two;* masc. and fem. numeral. పిల్లలు nom. plu. of పిల్ల n. s. *a child.* చచ్చినారట *it is said they died,* from చచ్చినారు 3d pers. plu. masc. and fem. past tense of చచ్చుట v. n. *to die* and అట an affix (from అనుట *to say*) meaning *they say, it is said.*

ఒకని Infl. sing. of ఒకడు n. s. *one man.* మీద adv. *on or upon.* పిడుగు n. s. *a thunderbolt.* చచ్చినాడు 3d pers. sing. masc. past tense of చచ్చుట.

దేహము * n. s. *The body.* యేమిన్ని *any thing whatever,* from యేమి pron. *what* and న్ని.

మెట్టుకు adv. *At least, after all.* బయట Loc. sing. of బయలు n. s. *the outside.* అగుపడలేదు (—) *did not appear,* from అగుపడ Root in (A) of అగుపడుట v. n. *to appear* and లేదు.

ఊరిగుండా *Through the village,* from ఊరి infl. sing. of ఊరు n. s. *a village* and గుండా *through ;* postposition. పోదాము *let us go ;* 1st pers. plu. imperative of పోవుట.

ఆపద * n. s. *Misfortune, calamity.*

ముగ్గురు *Three ;* masc. and fem. numeral. స్త్రీలు nom. plu. of స్త్రీ * n. s. *a woman.* ఏడుస్తున్నారు 3d pers. plu. masc. and fem. pres. tense of ఏడుచుట v. n. *to weep.*

ఇక్కడ adv. *Here.* ఒకడు n. s. *one man.*

ఏరు n. s. *A river.* వెల్లువ n. s. *a flood.*

అనేక * adj. *Several, many.*

కొట్టుకొనిపోయినవి (*They*) *have been swept away,* from కొట్టుకొని past p‖ of కొట్టుకొనుట (M) of కొట్టుట v. a. *to beat* and పోయినవి *they went,* denoting completeness ; 3d pers. plu. neuter past tense of పోవుట.

పశువులు *Cattle ;* nom. plu. of పశువు* n. s. *a beast.* చచ్చినవి 3d pers. plu. past tense of చచ్చుట v. n. *to perish.*

పంటకు D. sing. of పంట n. s. *A crop.* చెరుపు n. s. *injury.* అవును *it will become ;* 3d pers. sing. neuter Ao. of అవుట v. n. *to become.*

ఇందువల్ల *Hereby,* from ఇందు adv. *here* and వల్ల *by;* postposition. ధాన్యపు infl. sing. of ధాన్యము n. s. *grain.* ధర n. s. *price.* తగ్గును *it will sink;* 3d pers. sing. neuter Ao. of తగ్గుట v. n. *to sink.*

కొన్ని adj. pron. *Some, a few.* వాడలు nom. plu. of వాడ n. s. *a vessel, a ship.* గట్టుతట్టినవి (*they*) *have run ashore,* from గట్టు n. s. *a shore, bank* and తట్టినవి 3d pers. plu. neuter past tense of తట్టుట v. n. *to touch.*

నడి adj. *The middle.* సముద్రములోకి Loc. sing. of సముద్రము * n. s. *the sea,* with the Dative sign added.

ఏక * adv. *Altogether.* పాడు n. s. *ruin.* అయినది *it became;* 3d pers. sing. neuter past tense of అవుట.

బీదవాండ్లు Nom. plu. of బీదవాడు n. s. *a poor man,* from బీద adj. *poor* and, వాడు *a man.* శ్రమపడుతున్నారు (*they*) *suffer,* from శ్రమ *

n. s. *distress* and పడుతున్నారు 3d pers. plu. masc. and fem. of పడుటు v. a. *to suffer*.

పదకొండో పాఠము.	*Eleventh Exercise.*
పాము, పాము.	A snake! A snake!
ఎక్కడ?	Where?
తోటలో, లాయానికి పడమటి తట్టు.	In the garden, on the west side of the stables.
దాన్ని చంపినారా?	Have they killed it?
అవును.	Yes.
దాన్ని వెల్తురులోకి తే, అది ఆరు అడుగుల పొడుగు వున్నది.	Bring it to the light. It is six feet long.
అది నాగుపాము, దాని పడిగె మీద కృష్ణ పాదము వున్నది చూడు.	It is a (cobra de capello) viper. Look at the spectacles on its hood.
దానికి పెద్ద కోరలు వున్నవి.	It has large fangs.
మైసూరి గుఱ్ఱపువాణ్ని కరిచినది.	It has bitten the Mysore horsekeeper.
మనమేమి చేతాము?	What shall we do?
అయ్యో పాపము! వాడు బ్రతకడు! దైవ సంకల్పమునకు మనమేమి చేయవచ్చును.	Alas! He will not survive it! what can we do against the will of God?

అది పిచ్చి. ఒక మనిషి వూరికె యిట్లా చికిత్స లేక చచ్చేదా? మన చేతనైన దాన్ని మనము చేసి చూడవలసినది.	That is nonsense. Is a man to perish without aid? we must try what we can do.
ఈ మందు వాడికి యియ్యి.	Give him this dose.
వాడికి స్మారకము తప్పి మూర్ఛ వస్తున్నది.	He is becoming stupid and faint.
వాడికి యింకా బ్రాందిన్ని భరిణ మందున్ను యిచ్చి, వాడికి చెమట పట్టేవరకున్ను నడిచేటట్టు చెయ్యి.	Give him more brandy and (eau de luce) medicine; keep him walking about till he sweats.
ఇప్పుడు అపాయము లేదు.	The danger is over now.
పాముల వాండ్లు వచ్చినారు.	The snake catchers have come.
వాండ్లు యేమేమో వేళ్లను నలగగొట్టి, రసము తీసి వాడికి తాగించినారు.	They pounded various roots and drew the juice; which they made him drink.
పోయిన నెలలో పొరుగూళ్లో వొకడు పెద్ద పాము కరచి, చచ్చినాడు.	In the next village a man died last month of the bite of a venomous snake.
వాడికి నోట నురుగు గట్టి, అది మరీమరీ అతిశయించి,తు	He frothed much at his mouth and the froth in-

దకు వూపిరి తిరగక పోయినది.	creased till he was suffocated.
తనకు యేమిన్ని సంకటము లేదన్నాడు.	He said he was in no pain.
పాపము వాడు యీ ఆపదను నిండా వోపుగా సహిస్తున్నాడు.	This poor man bears the misfortune very patiently.
వాడికి చస్తానన్న భయము లేనట్టు అగుపడ్డది.	He did not seem to fear death.
నే, నేమి పాపము చేస్తినో, నాకు యిది సంభవించిన ద'న్నాడు.	He said "What sin have I committed that this has fallen upon me?
నేను చస్తే, నా పెండ్లామున్ను బిడ్డలున్ను, మా దొరగారు పోషింతుర'ని నమ్ముతున్నాను.	I hope that when I am dead my master will take care of my wife and children."
పాపము అది యేడుస్తున్నది.	The poor woman is weeping.
వాడు సిద్ధముగా బ్రతుకునం'టారు.	They assert that he will recover.
వాడు బ్రతికినాడు గాని, ఆ కాటు మాన లేదు.	The man did recover but the wound did not heal.

ANALYSIS.

పదకొండో *Eleventh;* ordinal numeral.

పాము n. s. *A snake.* 3d Declen.

ఎక్కడ adv. Where?

తోటలో Loc. sing. of తోట n. s. a garden. లాయానికి D. sing. of లాయము n. s. *a stable.* పడమటి infl. sing. of పడమర n. s. *the west.* తట్టు n. s. *side, quarter.*

దాన్ని Accu. sing. of అది pron. *it.* చంపినారా *did (they) kill (it;)* 3d pers. plu. past tense of చంపుట v. a. *to kill.*

వెలుతురులోకి Loc. sing. of వెలుతురు n. s. *light, lustre,* with the Dative sign added. తే *bring thou;* 2d pers. sing. imperative of తెచ్చుట v. a. *to bring.* ఆరు numeral adj. *six.* అడుగుల plu. infl. of అడుగు n. s. *a foot.* పొడుగు n. s. *length.* వున్నది *it is;* 3d pers. sing. pres. tense of ఉండుట v. n. *to be.*

నాగుపాము n. s. *A hooded viper [cobra de capello.]* పడిగె n. s. *the hood of a snake.* కృష్ణపాదము *the foot of Krishtna.* The name given to the black marks on the head of the snake which the English call *spectacles.* చూడు *look thou;* 2d pers. sing. imperative of చూచుట v. a. *to look.*

దానికి D. sing. of అది *it.* కోరలు nom. plu. *fangs.*

మైసూరు *Mysore;* a proper name. గుర్రపువాణ్ని accu. sing. of గుర్రపువాడు n. s. *a horsekeeper.* కరిచినది *it has bitten;* 3d pers. sing. neuter past tense of కరుచుట v. a. *to bite.*

మనము *We,* i. e. *thou and I, you and we;* 1st pers. plu. of నేను pron. *I.* యేమి pron. *what.* చేతాము *shall we do;* 1st pers. plu. imperative of చేయుట v. a. *to do.*

బ్రతకడు *He will not live;* 3d pers. sing. masc. negative Ao. of బ్రతుకుట v. n. *to live.* దైవసంకల్పము *the divine will,* from దైవ * adj. *divine* and సంకల్పము * n. s. *plan.* చేయవచ్చును (—) *can do;* from చేయ Root in (A) of చేయుట and వచ్చును 3d pers. sing. Ao. of వచ్చుట v. n. *to come.* This is added to the Root in (A) of any verb to denote *can, may, should.*

పిచ్చి adj. *Foolish.* మనిషి * n. s. *a man, a person.* వూరికె adv. *without (doing any thing.)* యిట్లా adv. *thus, in this manner.* చికిత్స * n. s.

doctoring. లేక *without;* negative p|| in క of ఉండుట. చచ్చేదా *is* (—) *to die,* from చచ్చేది Infinitive in ēdi. of చచ్చుట v. n. *to die* and ā the sign of question. మనచేతనయినదాన్ని *what we can do,* from మనచేత abla. of మనము pron. *we* and అయిన past Rel. p|| of అవుట and దాన్ని accu. sing. of అది *it.* చూడవలసినది (—) *should look or to consider,* from చూడ Root in (A) of చూచుట and వలసినది *must,* a defective verb.

మందు n. s. *Medicine.* వానికి D. sing. of వాడు pron. *he.* యియ్యి *give thou;* 2d pers. sing. imperative of ఇచ్చుట v. a. to give.

స్మారకము * n. s. *Recollection, memory.* తప్పి past p|| of తప్పుట v. n. *to fail.* మూర్ఛ * n. s. *fainting.* వస్తున్నది *is coming;* 3d pers. sing. neuter pres. tense of వచ్చుట.

యింకా adv. *More, moreover.* బ్రాంది n. s. English word *brandy.* భరిణమందు n. s. *a medicine* (*like eau de luce,*) from భరిణ n. s. *a small box* and మందు n. s. *medicine.* యిచ్చి past p|| of ఇచ్చుట. చెమటపట్టేవరకు *until sweat comes,* from చెమట n. s. *sweat,* పట్టే the Ao. Rel. p|| of పట్టుట v. n. *to take* and వరకు adv. *until, till.* నడిచేటట్టు *so that he may walk,* from నడిచేటి the Ao. Rel. p|| of నడుచుట v. n. *to walk.* and అట్టు an affix, meaning *so as, so that, as if.* చెయ్యి *make thou;* 2d pers. sing. imperative of చేయుట.

ఇప్పుడు adv. *Now.* అపాయము * n. s. *danger, calamity.*

పాములవాండ్లు *Snake catchers,* nom. plu. from పాముల plu. infl. of పాము n. s. *a snake* and వాండ్లు *they, those persons;* nom. plu. of వాడు pron. *he.* వచ్చినారు (*they*) *have come;* 3d pers. plu. past tense of వచ్చుట.

యేమేమో *Something or other, I know not what,* from ఏమి pron. *what* and ō an affix denoting *doubt.* Here ఏమి is repeated. వేళ్లను accu. plu. of వేరు n. s. *a root.* నలగగొట్టి *having pounded,* from నలగ Root in (A) of నలుగుట v. n. *to be crushed or bruised,* and కొట్టి past p|| of కొట్టుట v. a. *to beat.* రసము * n. s. *juice.* తీసి past p|| of తీయుట v. a *to draw; to extract.* తాగించినారు (*they*) *gave or ad-*

ministered it. i. e. caused it to be drunk ; 3d pers. plu. masc. and fem. past tense of తాగించుట causal of తాగుట v. a. *to drink.*

నెలలో Loc. sing. of నెల n. s. *a month.* పొరుగు adj. *Neighbouring, next.* వూళ్లో Loc. sing. of ఊరు n. s. *a village.* ఒకడు n. s. *one man.* చెడ్డ adj. *bad.* This is the past Rel. p|| of చెడుట v. n. *to be ruined.* చచ్చినాడు *(he) died ;* 3d pers. sing. masc. past tense of చచ్చుట.

నోట Loc. sing. of నోరు n. s. *the mouth.* నురుగు n. s. *froth.* కట్టి *having collected ;* past p|| of కట్టుట v. n. *to unite,* &c. మరీమరీ adv. *more and more.* అతిశయించి past p|| of అతిశయించుట v. n. *to increase.* తుదకు *at last ;* D. sing. of తుద n. s. *the end.* వూపిరి n. s. *the breath.* తిరగక *without turning ;* negative p|| in క *of* తిరుగుట v. n. *to turn.* పోయినది 3d pers. sing. neuter past tense of పోవుట v. n. *to go.*

తనకు D. sing. of తాను pron. *self, i. e. he, she, it.* యేమిన్ని *any thing,* from ఏమి *what* and న్ని the conjunc. *too* used with an intensive force. సంకటము * n. s. *pain, ill.* అన్నాడు *he said ;* 3d pers. sing. masc. past tense of అనుట v. a *to say.*

వోపికగా adv. *Patiently,* from ఓపిక * n. s. *patience* and గా.
సహిస్తున్నాడు *he suffers ;* 3d pers. sing. masc. pres. tense of సహించుట * v. a. *to suffer.*

చస్తానన్నభయము *The fear that I shall die,* from చస్తాను 1st pers. sing. pres. tense of చచ్చుట v. n. *to die.* అన్న past Rel. p|| of అనుట and భయము * n. s. *fear.* లేనట్టు *that there is not,* from లేని negative Rel. p|| of ఉండుట v. n. *to be* and అట్టు an affix, meaning, *so that, as if.* అగుపడ్డది *it appeared ;* 3d pers. sing. neuter past tense of అగుపడుట v. n. *to appear.*

పాపము * n. s. *Sin.* As an interjection *Alas.* చేస్తినో, from చేస్తిని *I did ;* 1st pers. sing. past tense of చేయుట and ō the sign denoting *doubt.* సంభవించినది 3d pers. sing. neuter past tense of సంభవించుట v. n. *to happen.*

చస్తే *If* (—) *die;* conditional form of చచ్చుట. పెండ్లామునున్ను *and* (—) *wife,* from పెండ్లామును accu. sing. of పెండ్లాము n. s. *a wife.* and న్ను the conjunc. బిడ్డలను accu. sing. of బిడ్డ n. s. *a child.* మా pron. *Our;* plu. Gen. of నేను *I.* దొరగారు, from దొర n. s. *master* and గారు an affix denoting respect like *his honor.* పోషింతురు 3d pers. plu. masc. and fem. Ao. of పోషించుట v. a. *to support.* (Here the plural verb is used for the singular in token of respect.) నమ్ముతున్నాను 1st pers. sing. pres. tense of నమ్ముట v. a. *to trust.*

ఏడుస్తున్నది (*She*) *is weeping;* 3d pers. sing. fem. pres. tense of ఏడుచుట v. n. *to weep.*

సిద్ధముగా adv. *Certainly.* బ్రతుకును (*he*) *will live;* 3d pers. sing. masc. Ao. of బ్రతుకుట v. n. *to live.* అంటారు *they say, it is said;* 3d pers. plu. pres. tense of అనుట.

బ్రతికినాడు *He lived;* 3d pers. sing. masc. past tense of బ్రతుకుట. గాని an affix, meaning *but.* ఆ adj. pron. *that.* కాటు n. s. *a bite.* మానలేదు *did not heal,* from మాన Root in (A) of మానుట v. n. *to heal* and లేదు.

పన్నెండో పాఠము. — *Twelfth Exercise.*

భూమిని గురించిన సంభాషణ.	Talk about land.
ఒరే, యిక్కడికి రా. నీకు యేమి వృత్తి?	O ho you! come here. What business do you follow?
సేద్యము చేస్తాను. యింకేమి?	I cultivate land. What else?
నీకు యెంత భూమి వున్నది? నీవు యెంత పన్ను చెల్లిస్తున్నావు?	How much land have you and what rent do you pay?

సంవత్సరమునకు పన్ను యాభై రూపాయలు చెల్లిస్తున్నాను. నలభై కుంటల పొలము వుండవచ్చునని నాకు తోస్తున్నది.	Sir, my rent is fifty rupees a year: and I guess there may be about forty kuntas (measures) of land.
నీవు దున్నే పొలము యెంతో సరిగ్గా చెప్పలేవా?	Cannot you tell exactly how much land you cultivate?
నేను యెట్లా చెప్పుదును? పెద్ద రెడ్డి చెప్పగలడు.	How should I tell? The head farmer will tell that.
సరే భూమి అంతా దున్నితే అందులో యేమి పైరు వేస్తున్నారు?	Well; when you cultivate the whole, what crops do you get?
వైశాఖ మాసములో వాన కురిస్తే, నీలిన్ని జనుమున్ను వేస్తున్నాము.	If we have rain in the month of Vaisakh we plant indigo and hemp.
ఆసాఢ శ్రావణ మాసములలో వరి పైరు చేస్తున్నాము. తరువాత కాయధాన్యము చల్లుతాము.	(After that) we plant rice in Ashadh and Sravana: and after that we sow the light crop.
ఇక్కడ చెరుకు తోటలు లేవా?	Are there no sugar-cane fields here?
ఇక్కడ చెరుకు దొడ్డి లేదు. ఎవడైనా వొకడు వొకటి	There is no sugar manufactory, but here and

రెండు కుంటలు బెల్లమున కై చెరుకు వేస్తాడు. చెరుకు పంట చేయడమునకు నిండా సెలవు పట్టుతున్నది.	there a person plants a kunta or two for molasses. It is very expensive to cultivate sugar-cane.
నీకు దుక్కి యెడ్లు యెన్ని వున్నవి?	How many ploughing-bullocks have you?
నా వద్ద మంచి యెద్దు వొకటి వుండెను గాని, అది చచ్చి పోయినది; లేకుంటే నాకు ఆరు అరకలు వుండును.	I had one very excellent bullock, but it died: otherwise I had six ploughs.
నీ నేలనంతా ఆరు అరకల తో దున్నగలవా?	Can you cultivate all your land with six ploughs?
ఒక మడకకు రెండు యెద్దులు. నేల పదునుగా వున్నట్టయితే, వొక మడకతో ఆరు కుంటలు బాగా దున్నవచ్చును. నిండా ప్రయాస మీద మరిన్ని కొంచెము అధికముగా దున్నవచ్చును.	There are two bullocks to a plough: and, if the ground is in proper order, one plough will manage six kuntas well: and somewhat more with hard working.
నీలి పైరు చేయడము నిండా లాభమని నాకు తోస్తున్నది.	I suppose the cultivation of indigo is very profitable.

నీలి పయిరు చేయడము నిండా ప్రయాస. దున్నడము యెంత, కలుపు తీయడము యెంత, మోసుకొని పోవడము యెంత, రూకల సెలవుకు, వొకవిధి విరగడలేదు. తీసుకొని పోవడములో అందులో యేదైనా మరక పడితే, దాన్ని వాండ్లు పుచ్చుకోరు.	The cultivation of Indigo is very difficult. So much ploughing and weeding and carriage; there is no end to the expense; and if any of it is stained in carrying they will not take it.
లాభము లేకుంటే, అది మీ రేల పయిరు పెట్టుతున్నారు?	If there be no gain why do you cultivate it?
పోయిన సంవత్సరము పది రూపాయిలు తకావి తీసుకొన్నాను. యిప్పుడు యేమిచేతును. ఆ తకావి రూకలను చెల్లించివేస్తినంటే, యికను పైరు పెట్టను.	I took ten Rupees advance last year: now what can I do? I will cultivate no more until I have paid off this advance.

ANALYSIS.

పన్నెండో *Twelfth;* ordinal numeral.

భూమిని Accu. sing. of భూమి * n. s. *land, earth.* గురించిన *concerning;* past Rel. p‖ of గురించుట *to concern.* Note. This is not used as a verb either in Telugu or in English. సంభాషణ * n. s. *conversation.*

ఒరే *O fellow;* voc. sing. used to inferiors. యిక్కడికి *to this place;* D. of ఇక్కడ adv. *here.* రా sec. pers. sing. imperative of వచ్చుట v. n. *to come.* నీకు D. sing. of నీవు pron. *thou.* వృత్తి * n. s. *profession.*

సేద్యము n. s. *Cultivation, tillage.* చేస్తాను 1st pers. sing. pres. tense of చేయుట v. a. *to make.* యింకేమి *what else,* from యింక adv. *more,* యేమి pron. *what?*

ఎంత Interrogative adj. pron. *how much?* వున్నది *is there;* 3d pers. sing. neut. pres. tense of ఉండుట v. n. *to be.* నీవు pron. *thou.* పన్ను n. s. *tax, rent.* చెల్లిస్తున్నావు *do you pay;* 2d pers. sing. pres. tense of చెల్లించుట causal of చెల్లుట v. n. *to be paid.*

సంవత్సరమునకు D. sing. of సంవత్సరము * n. s. *a year.* యాభై *fifty;* numeral adj. and n. s. రూపాయలు nom. plu. *rupees.* చెల్లిస్తున్నాను *I pay;* 1st pers. sing. pres. tense of చెల్లించుట. నలభై *forty;* numeral adj. and n. s. కుంటల infl. plu. of కుంట n. s. *a measure of land.* పొలము n. s. *a field, land.* వుండవచ్చును *there may be,* from వుండ Root in A of ఉండుట v. n. *to be* and వచ్చును 3d pers. sing. neuter. Ao. of వచ్చుట v. n. *to come.* అని past p|| of అనుట v. a. *to say.* నాకు *to me;* D. sing. of నేను pron. *I.* తోస్తున్నది *it appears;* 3d pers. sing. neuter pres. tense of తోచుట v. n. *to be thought, to appear.* This verb is used impersonally with the Dative case.

దున్నే *Ploughing;* Rel. Ao. p|| of దున్నుట v. a. *to plough.* యెంతో *how much,* from ఎంత Interrogative adj. pron. and ō denoting doubt. సరిగ్గా adv. *correctly, exactly.* చెప్పలేవా *cannot you tell,* from చెప్ప Root in A of చెప్పుట v. a. *to say.* and లేవు 2d pers. sing. Negative Ao. of కలుగుట v. n. *to be able.* and ā denotes interrogation.

ఎట్లా adv. *How.* చెప్పుదును *shall I tell;* 1st pers. sing. Ao. of చెప్పుట v. a. *to tell.* పెద్ద adj. *great, chief.* రెడ్డి n. s. *a name of a particular caste, a farmer.* చెప్పగలడు (he) *is able to tell,* from చెప్ప Root in A of చెప్పుట and గలడు 3d pers. sing. masc. Ao. of కలుగుట. v. n. *to be able.*

సరే adv. *Very well,* from సరి adj. *right, proper* and ē denotes emphasis. అంతా adv. *Completely, wholly.* దున్నితే *if* (—) *cultivate;* conditional form of దున్నుట v. a. *to plough.* అందులో adv. *therein.* యేమి pron. *what?* పైరు *crop, growing corn.* వేస్తున్నారు *do you plant;* 2d pers. plu. pres. tense of వేయుట v. a. *to cast, to plant.*

వైశాఖ * *Name of a certain month.* మాసములో Loc. sing. of మాసము * n. s. *a month* వాన n. s. *rain.* కురిస్తే conditional form of కురియుట v. n. *to rain.* నీలిన్ని from నీలి n. s. *Indigo* and న్ని conjunc. and. జనుమున్ను from జనుము n. s. *hemp.* and న్ను conjunc. వేస్తున్నాము *we plant;* 1st pers. plu. pres. tense of వేయుట. తరువాత adv. *afterwards.* కాయధాన్యము n. s. *the light crop.* This is from the Sanscrit word కాయ meaning *body.* చల్లుతాము 1st pers. plu. pres. tense of చల్లుట v. a. *to sow.*

ఇక్కడ adv. *Here.* చెరుకు adj. and n. s. *sugar cane.* తోటలు nom. plu. *gardens.* లేవా *are there not;* 3d pers. plu. neuter negative Ao. of ఉండుట v. n. *to be* and ā denotes question.

చెరుకుదొడ్డి n. s. *A sugar manufactory.* లేదు *there is not;* 3d pers. sing. *neutor* Negative Ao. of ఉండుట. యెవరైనా *any person,* from యెవడు *who;* masc. interrogative pron. and అయినా Rel. past p|| of అవుట v. n. *to bcoome.* వొకడు n. s. *a person,* of the 1st Declen. వొక *one;* numeral adj. and n. s. రెండు *two;* numeral adj. and n. s. కుంటలు nom. plu. of కుంట n. s. *a field, a certain measure of ground.* బెల్లమునకు *for sugar;* D. sing. of బెల్లము. and అయి past p|| of అవుట. వేస్తాడు *he cultivates;* 3d pers. sing. masc. pres. tense of వేయుట v. a. *to cast* or *plant.* పంటచేయడమునకు *for cultivating,* from పంట n. s. *produce, crop.* and చేయడమునకు D. of చేయడము Infinitive in Damu of చేయుట v. a. *to make.* నిండా adj. *much, great.* సెలవు * n. s. *expense.* పట్టుతున్నది *it costs,* lit. *it holds;* 3d pers. sing. neuter pres. tense of పట్టుట v. n. *to hold.*

నీకు D. sing. of నీవు pron. *thou.* దుక్కిటెడ్లు *ploughing bullocks,* from దుక్కి n. s. *ploughing* and యెడ్లు nom. plu. of ఎద్దు n. s. *a bullock.* ట

being inserted. ఎన్ని *how many?* Interrogative adj. pron. వున్నవి *are there;* 3d pers. plu. neuter pres. tense of ఉండుట.

నా G. of నేను pron. *I.* వద్ద affix, *by, near.* మంచి adj. *good.* వుండెను 3d pers. sing. neuter past tense of ఉండుట. గాని conjunc. *but.* చచ్చి past p|| of చచ్చుట v. n. *to die.* పోయినది 3d pers. sing. neuter past tense of పోవుట v. n. *to go.* లేకుంటే *otherwise, if it be wanting, if it be not;* from లేక Negative p|| in క of ఉండుట, and వుంటే conditional form of ఉండుట. నాకు *to me.* D. sing. of నేను pron. *I.* ఆరు numeral *six.* అరకలు nom. plu. *ploughs.* వుండును 3d pers. neuter plu. Ao. of ఉండుట.

నీ G. of నీవు pron. *thou.* నేలను accu. sing. of నేల n. s. *land.* అంతా adv. *all.* అరకలతో instrumental plu. of అరక. దున్నగలవా *can you plough.* from దున్న Root in A of దున్నుట v. a. *to plough,* and గలవు 2d pers. sing. Ao. of కలుగుట v. n. *to be able* and ā denotes question.

ఒక *One.* numeral adj. మడకకు D. *sing.* of మడక n. s. *a plough.* రెండు numeral, *two.* ఎద్దులు nom. plu. *bullocks.* పదునుగా *in proper order,* from పదును n. s. *moisture* and గా the adverbial affix. వున్నట్టయితే conditional form of ఉండుట v. n. *to be.* మడకతో instrumental of మడక. బాగా adv. *well.* దున్నవచ్చును *can* (—) *plough,* from దున్న Root in A of దున్నుట and వచ్చును *can* or *may;* 3d pers. sing. neuter Ao. of వచ్చుట v. n. *to come.* నిండా adj. *much, great.* ప్రయాస * n. s. *labour, trouble.* మీద postpos. *on* or *upon.* మరిన్ని *moreover,* from మరి adv. *more* and న్ని denoting emphasis. కొంచెము adv. *a little.* అధికముగా adv. *more,* from అధికము * adj. *much* and గా.

పైరుచేయడము *Cultivating,* from పైరు n. s. crop and చేయడము infinitive in Damu of చేయుట.

లాభము * n. s. Advantage, *profit.*

ప్రయాస * adj. Difficulty.

దున్నడము *Ploughing;* Infinitive in Damu of దున్నుట v. a. *to plough.* ఎంత *how much;* Interrogative adj. pron. కలుపు n. s. *weeding.* తీయడము Infinitive in Damu of తీయుట v. a. *to take out.* మోసుకొని *having borne,* or *carried;* past p|| of మోసుకొనుట (M) of మోసుట v. a. *to bear.* పోవడము Infinitive in Damu of పోవుట v. n. *to go.*

రూకల Infl. plu. of రూక n. s. *a penny.* శెలవుకు D. sing. of శెలవు * n. s. *expense.* విధివిరగడ *way, method,* from విధి *way* or *necessity* and విరగడ a word without meaning. తీసుకొని *having taken;* past p|| of తీసుకొనుట M. of తీసుట v. a. *to take.* లో postpos. *in.* యేమైనా *any thing,* from యేది *which;* Interrogative pron. and అయినా past Rel. p|| of అవుట v. n. *to become.* మరక n. s. *stain.* పడితే *if* (—) *falls,* i. e. *if it adheres;* conditional form of పడుట which in this place means *to adhere.* దాన్ని accu. sing. of అది pron. *it.* వాండ్లు *they;* nom. plu. of వాడు and అది pron. *he* or *she.* పుచ్చుకోరు (they) *would not take;* 3d pers. plu. Negative Ao. of పుచ్చుకొనుట v. a. *to take.*

యేల adv. *why?* పయిరుపెట్టుతున్నారు *do you cultivate,* from పయిరు, *crop,* and పెట్టుతున్నారు 2d pers. plu. pres. tense of పెట్టుట v. a. *to put.*

పోయిన Last; past rel. p|| of పోవుట v. n. *to go.* సంవత్సరము * n. s. *a year.* పది numeral *ten.* రూపాయలు nom. plu. *rupees.* తకావి n. s. A Hindustani word meaning *money advanced.* తీసుకొన్నాను *I took;* 1st pers. sing. past tense of తీసుకొనుట v. a. *to take.* యిప్పుడు adv. *now.* చేతును *shall I do;* 1st pers. sing. Ao. of చేయుట v.a. *to do.* ఆ adj. pron. equivalent to the English article *the.* రూకలను accu. plu. of రూక n. s. a *penny.* చెల్లించివేస్తినంటే *if I have paid,* from చెల్లించి *having paid:* past p|| of చెల్లించుట v. a. *to pay,* వేస్తిని I did cast, I did throw; 1st pers. sing. past tense of వేయుట v. a. *to cast,* and అంటే *If* (—) *say,* conditional form of అనుట v. a. *to say.* యికను adv. *in future.* పైరుపెట్టను, from పైరు n. s. *crop* and పెట్టను 1st pers. sing. Neg. Ao. of పెట్టుట v. a. *to place* or *cast.* Here the meaning is I will not sow or plant.

---

౧౩ టో పాఠము — *Thirteenth Exercise.*

అప్పు యిచ్చిన వాడున్ను అప్పు పడ్డ వాడున్ను. — A Creditor and a Debtor.

రామస్వామి యెక్కడికి పోయి వున్నాడు?	Where is Ramasawmy gone?
గడియ సేపటికి ముమ్పు కచ్చేరికి పోయినాడు.	He went to the office about an hour ago.
ఒరే రామస్వామీ, యిక్కడికి రా.	Oh! Ramasawmy come here!
అయ్యా వచ్చినాను. వడ్లకు గాను తమ వద్ద యిరువై రూపాయలు ముందు రూకలు తీసుకొన్నాను.	I am come, Sir—I took twenty rupees from you as an advance for paddy.
వడ్లలో యేమి రాబోతున్నది? యింకా వర్షము కురవనట్టైతే నీవు నాట్నము వేయలేవు. ఆ రూకలను నాకు మళ్లీ యిచ్చివెయ్యి.	What can be expected from rice? without more rain you cannot plant it. Give me back the money.
నేనేమి చేతునయ్యా? సగము నేల నాట్నము అయినది. యింకా కొంచెము వర్షము కురవగానే నాట్నము అంతా నాటివేతును.	What can I do Sir? I have planted half the land, when there is a little more rain I will plant the whole.
ఒరే, నీవు వట్టి సోమారి పోతువు. కడమ వాండ్ల పొలములు నాట్నము అయి వున్నవి. నీది నాట్నము కాకుండా వుండడమునకు కారణమేమి?	Here! you are a very idle fellow. Other people's fields are planted; what's the reason that yours is not?

అయ్యా తమకు అంతా తెలుసును. నా కూతురి పెండ్లి యిప్పుడే అయినది. అందుకు పది దినములు పట్టినవి. అటు తరువాత వొక దొర వచ్చి నన్ను మూడు దినములు వెట్టికి పట్టుకొని పోయినాడు. అతను నన్ను బాగా కొట్టి, తరువాత నాకు వొకటిన్ని యివ్వక పోయినాడు. దిక్కులేనివాడను. నేనేమి చేయగలను?	Sir, you know the whole. My daughter's wedding is just over; that took ten days. After that, a gentleman came and impressed me and took me away three days. He beat me severely, and afterwards paid me nothing. I am helpless. What can I do?
ఒరే! నా రూకలను వడ్డితో కూడా నాకు యిచ్చివెయ్యి! లేకుంటే, నీమీద వొక బంట్రోతును బరాతము పెట్టుదును.	Hear! do you give me back my money with interest; otherwise I will put a peon over you.
అయ్యా నా మాట వినండి. తమకు దండము పెట్టుతున్నాను. నేను వొక వొడంబడికె చేసుకొని, నెలకు వొక రూపాయ వంతున చెల్లిస్తున్నాను. నేను పత్రము వ్రాసి యిస్తున్నాను.	Hear me, Sir! I supplicate with joined hands. I will enter into an agreement, and pay you a rupee a month; I will write the promissory note.
మరేమి? మూడో నాలుగో	Sell three or four cows

ఆవులను యెడ్లను అమ్మి, చెల్లించు.	and bullocks, and pay the money. What else?
అయ్యా తమరే నా తల్లిదండ్రి. నేను తమ పాదములను విడువను. నాయెడ్లను అమ్మివేస్తే, నా నేలను యెట్లా దున్నుదును? యోచించండి, అయ్యా.	Sir, you are my father and mother. I will not leave your feet. Judge, Sir; If I sell my bullocks, how shall I plough my land?
నీ మాటలు నాకు అక్కరలేదు. నేడు సగము రూకలు చెల్లించు.	I shall not mind what you say. Pay half the money to-day.
నేను చెల్లించలేను. నాతండ్రి చనిపోయినాడు. యెల్లుండి ఆయనకు దినవారములు జరగవలసి వున్నవి. పదిహేను రూపాయలు లేక, బ్రాహ్మణుడు దాన్ని నెరవేర్చడు. యింకా పది పన్నెండు మందికి కూడా భోజనము పెట్టవలసి వున్నది. దాన్ని చేయడమునకు యేడు గొడ్లదాకా అమ్మవలసి వున్నది. నా తొందరలకు అంత్యము లేదు.	I cannot. My father is dead: the day after to-morrow will be his obsequies, and the bramin will not perform that* without fifteen rupees; and ten or a dozen people also must be entertained. I must sell about seven beasts to do that. There is no end to my trouble.

* This may be the custom in Bengal but is not known in the South.

నీ గొడ్లను నీవు అమ్మివేస్తే, నా రూకలు చేరేది యెట్లా? నీ యింట్లో నీకు యింకా సొత్తు యేమిన్ని లేదు.	If you sell your cattle, how am I to be paid? you have no more property in your house.
అయ్యా నా గ్రహచారము చెడ్డదిగా వున్నది. నేను యేమి చేయగలను?	Sir, my destiny is bad: what can I do?

ANALYSIS.

పదమూడో *Thirteenth;* ordinal numeral.

అప్పుయిచ్చినవాడు *A creditor,* from అప్పు n. s. *debt.* యిచ్చిన *that gave;* past rel. p|| of ఇచ్చుట v. a. *to give* and వాడు *a man.*

అప్పుపడ్డవాడు *A debtor,* from అప్పు and పడ్డ for పడిన *that fell, that was;* past rel. p|| of పడుట v. n. *to fall, to be* and వాడు.

గడియ n. s. *A Hindu hour of 24 English minutes.* వేళకు. D. sing. of వేళ n. s. *time.* మునుపు adv. *before, formerly.* కచ్చేరికి D. sing. of కచ్చేరి (H.) n. s. *an office.*

ఒరే *O fellow;* voc. sing. used to inferiors.

రామస్వామి Voc. of రామస్వామి *a proper name.* రా 2d pers. sing. imperative of వచ్చుట v. n. *to come.*

అయ్యా Voc. sing. of అయ్య n. s. *Sir, father.* వచ్చినాను *I came;* 1st pers. sing. past tense of వచ్చుట. వడ్లకుగాను *for the paddy,* from వడ్ల infl. plu. వడ్లు *grain.* కు D. sign and గాను affix meaning *for.* తమ *your;* plu. infl. of తాను pron. *self.* యిరువై numeral adj. *twenty.* ముందు *before.* రూకలు *money* i. e. *money paid in advance;* nom. plu. of రూక *a coin.* తీసుకొన్నాను *I received;* 1st pers. sing. past tense of తీసుకొనుట (M.) of తీసుట v. a. *to take.*

వడ్లలో Loc. of వడ్లు n. s. *Paddy, grain.* రాబోతున్నది *is going to come,* from రా Infin. in A of వచ్చుట *to come* and పోతున్నది 3d pers. sing.

neut. present tense of పోవుట v. n. *to go.* యింకా adv. *more.* కురవ నట్టైతే *if it should not rain;* conditional form of the negative of కురియుట, from కురవని neg. rel. p|| of కురియుట *to rain.* అట్టు affix, *so that, so as,* and అయితే *if it be.* నాట్లు n. s. *planting.* వేయలేవు *you are not able to cast or plant.* i. e. *you cannot plant,* from వేయ Root in A of వేయుట v. a. *to cast, to put,* and లేవు 2d pers. sing. neg. Ao. of కలుగుట v. n. *to be able.* మళ్లీ adv. *again,* from మళ్లి past p|| of మళ్లుట v. n. *to turn.* యిచ్చివెయ్యి *give away,* from యిచ్చి past p|| of ఇచ్చుట and వెయ్యి 2d pers. sing. imper. of వేయుట v. a. *to cast &c.* This verb when added to the past participles denotes that the action is complete. సగము n. s. *half.* నేల n. s. *land.* నాట్లుమయినది *it is planted,* from నాట్లు and అయినది *it became;* 3d pers. sing. neut. past tense of అవుట v. n. *to become.* కురవగానే *as soon as it rains,* from కురవ Root in A of కురియుట, గా the adverbial sign and ē is the intensive, N being inserted. అంతా adv. *all, completely.* నాటివేతును *I will plant,* from నాటి past p|| of నాటుట v. a. *to plant* and వేతును 1st pers. sing. Ao. of వేయుట v. a. *to cast, to put.*

వట్టి adj. *Utter, complete.* సోమారిపోతువు *you are a lazy man,* from సోమారి adj. *idle.* పోతు n. s. *a beast* and వు personal affix of the 2d pers. sing. for నీవు *thou.* కడమవాండ్లు *other people, others,* from కడమ adj. *other, remaining* and వాండ్లు plu. *people.* నీది *thine,* from నీ G. of నీవు pron. *thou* and ది for అది *it.* కాకుండా *without becoming,* from కా *Root in A* of అవుట and వుండ *Root in A* of ఉండుట, with ā added. వుండడమునకు *for being;* D. of the Inf. in Damu of ఉండుట.

తమకు *To you;* D. of తమరు which is the plu. of తాను pron. *self.* తెలుసును *is known;* 3d pers. sing. neut. Ao. of తెలుసుట v. n. *to be known.* అందుకు *thereto;* D. of అందు adv. *there.* పట్టినవి *it took up;* 3d pers. plu. neut. past tense of పట్టుట v. n. *to take up: to* *hold.* వెట్టికి *In the way of drudgery, for nothing.* D. of వెట్టి n. s. *drudgery, unpaid work.* పట్టుకొని *having seized;* past p|| of పట్టుకొనుట (M.) of పట్టుట v. a. *to seize, to catch.* అతను pron. *he.* బాగా adv. *severely, well.* ఒకటిన్ని *even one:* when this is added to a negative verb it means also nothing, from ఒకటి neut. numeral one and న్ని conjunc. intensive. ఇవ్వక *without giving;* neg. p|| in క of ఇచ్చుట v. a. *to give.* దిక్కులేనివాడను *I am a helpless man,* from దిక్కు* n. s. *refuge, protection.* లేని neg. rel. p|| of ఉండుట, వాడు *a man,* and అను *I am,* from నేను pron. *I.* చేయగలను *can I do;* from చేయ *Root in A* of చేయుట, and గలను 1st pers. sing. Ao. of కలుగుట v. n. *to be able.*

వడ్డితో *With interest;* inst. of వడ్డి n. s. *interest.* లేకుంటే *if there is not, otherwise;* from లేక neg. p|| in క of ఉండుట and వుంటే conditional form of ఉండుట v. n. *to be.* బంట్రోతును acc. of బంట్రోతు n. s. *a peon.* బరాతము (H.) n. s. *a warrant, an assignment for payment.* పెట్టుదును 1st pers. sing. Ao. of పెట్టుట v. a. *to set, &c.*

వినండి *Listen ye;* 2d pers. plu. imperative of వినుట v. a. *to listen.* దండముపెట్టుతున్నాను *I make a bow;* 1st pers. sing. present tense of దండముపెట్టుట * v. a. *to make a bow.* ఒడంబడిక n. s. *an agreement.* చేసుకొని *having made;* past p|| of చేసుకొనుట (M.) of చేయుట. v. a. *to make.* నెలకు *in a month.* D. of నెల n. s. *a month.* ఒక *one;* numeral. adj. రూపాయ n. s. *a rupee.* వంతున adv. *at the rate of,* from వంతు n. s. *rate* and న Loc. case. చెల్లిస్తున్నాను *I will pay;* 1st pers. sing. pres. tense of చెల్లించుట v. a. *to pay.* Here the present tense is used for the future. పత్రము * n. s. *a bond.*

మరేమి *What else,* from మరి adv. *more* and యేమి Interro. pro. *what.* మూడోనాలుగో *either three or four,* from మూడు three; cardinal adj. with ఓ added to denote doubt and నాలుగు *four.* యెడ్లను acc. plu. of ఎద్దు n. s. *a bullock.* చెల్లించు 2d pers. sing. imperative of చెల్లించుట v. a. *to pay.*

తమరే *You* yourself: from తమరు plu. of తాను *self.* The final E (tamarē) is emphatic. పాదములను acc. plu. of పాదము * n. s. *a foot.* విడవను *I will not leave;* 1st person sing. neg. Ao. of విడుచుట v. a. *to leave.* అమ్మివేస్తే if (—) *sell;* conditional form of అమ్మివేయుట, from అమ్ముట v. a. *to sell* and వేయుట *to cast.* నా Gen. of నేను pron. *I.* యెట్లా adv. *how.* దున్నుదును *shall I plough;* 1st pers. sing. aorist of దున్నుట v. a. *to plough.* యోచించండి 2d pers. plu. imperative of యోచించుట v. a. *to consider.*

అక్కర n. s. *Need, occasion.*

చెల్లించలేను *I cannot pay,* from చెల్లించ *Root in A* of చెల్లించుట and లేను 1st pers. sing. neg. Ao. of కలుగుట v. n. *to be able.* యెల్లుండి n. s. *the day after to-morrow.* ఆయనకు D. of ఆయన pro. *his honour.* దినవారములు *the funeral rites;* from దినము * n. s. *a day,* and వారములు nom. plu. of వారము * n.s. *a week.* జరగవలసియున్నది *it is to be performed,* from జరగ *Root in A* of జరుగుట v. n. *to pass,* వలసి past p‖ of వలయుట a defective verb meaning *must* and ఉన్నది 3d pers. sing. neut. pres. tense of ఉండుట. పదిహేను *fifteen;* numeral adj. లేక *without;* neg. p‖ in క of ఉండుట. నెరవేర్చడు *he will not perform;* 3d pers. sing, neg. Ao. of నెరవేర్చుట v. a. *to perform.* పదిపన్నెండుమందికి *to ten or twelve persons;* from పది numeral *ten,* పన్నెండు numeral *twelve* and మందికి D. of మంది *people.* Here the disjunctive conjunction *or* is understood. భోజనము * n. s. *food.* యేడు *seven;* numeral adj. దాకా affix *until, as much as.* తొందరలకు D. plu. of తొందర n. s. *trouble.* అంత్యము * n. s. *end.*

చేరేది Infi. in E'di of చేరుట v. n. *to arrive, to reach,* also *to be paid as money.* సొత్తు n. s. *property, substance.*

గ్రహచారము * n. s. *Misfortune, destiny,* lit. the effect of the stars. చెడ్డది *it is bad;* from చెడ్డ adj. *bad* and ది for అది *it.*

౧౪గో పాఠము.	*Fourteenth Exercise.*
ఒక మునిషీతో సంభాషణ.	CONVERSATION WITH A TEACHER.
మనము వొకరిని వొకరు వెడబాయ వలసిన కాలము వచ్చినది గదా.	Gentleman. Well the time has come that we must separate.
అట్లా యేలన'య్యా !	Teacher. Why so sir!
బయిటి దేశమునకు పొమ్మ'ని నాకు వుత్తరువు అయినద'ని మీరు యెరుగరా?	G. Do not you know that I am ordered to go up the country?
సరేగాని, అందువల్ల యేమిన్ని వ్యత్యాసము లేదు. మీరు యెక్కడికి పోతే నేను అక్కడికి వస్తున్నాను.	T. Certainly; but that makes no difference, wherever you go I shall follow you.
అది అయ్యేది కాదు. మీరు కాలీజులో మునిషీగా వున్నారు. గనుక, మీరు నాతో కూడా రావడము వల్లకాదు. లేకుంటే, మీరు నాతో కూడా రావడము నాకు నిండా సంతోషమే.	G. That is impracticable: you are employed by the College as a teacher and cannot come with me. Otherwise I should be very glad to have you with me.
అయితే, తమయందు భారము వుంచి నా వుద్యోగము	T. But I will resign my situation, and rely upon

నకు రాజీనామా యిచ్చి వేస్తున్నాను.

your honour's goodness.

బయిటి దేశమునకు మిమ్మున కూండా తీసుకొని పోవడము మంచిది కాదని నాకు కొందరు చెప్పియున్నారు.

G. I have been warned that to take you with me up the country would be foolish.

తమరు యజమానులు, ప్రభువులు, నాదేవుడు, తమరు తల్లిదండ్రి, తమ పాదముల వద్ద నాప్రాణములను విడుస్తున్నాను.

T. Sir you are master, you are lord, you are my god, you are father and mother, I will die at your feet.

సారే, యిటువంటి పిచ్చిపని కారాద'ని నాకు చెప్పివున్నారు. మునిషీలందరున్ను యిట్లాగే చెప్పే'దని N దొరగారు చెప్పుతున్నారు.

G. But I have been warned against such folly. Mr. N. tells me that all munshis use similar language.

ఏమ'య్యా నే'నితరులవలెనే నా? నే'నందరివలెనా? కాద'య్యా, తమరు నాకు రక్షకులు.

T. What sir; am I like others? am I a common person? No sir, you are my protector.

దొరలతో'నంతా యిట్లాగే చెప్పేది; బతిమాలుకోవడము చేత యేమి ప్రయోజనము? వెయి మాటలెం

G. This is the language used to all Gentlemen—what avail entreaties? (literally what for a

దుకు? అది నావల్ల కాద'ని అంటు'న్నానే.

thousand words) I tell you it is out of my power.

ఏమ'య్యా? తమ వల్ల కాదా? తమరు సర్వశక్తులు, కె దొరగారిని చూడండి. ఆయన మునిషీకి పోలీసు వుద్యోగము యిచ్చి వున్నారు.

T. Alas! Sir, out of your power? you are all powerful! look at Mr. K. He has made his teacher a magistrate.

వాస్తవమే, అయితే, యిది అయ్యేటందుకు ముందు ఆయన యెన్ని యేండ్లు కనిపెట్టి వుండినారు? ఆదినములలోనం'తా పాపము ఆయన అప్పులు పడ్డాడో లేక అతని దొరగారు పుణ్యానికి యేదైనా యిస్తే, అందువల్ల జీవనము చేస్తూ వుండెనో.

G. Very true, but how many years did he wait before this was effected? and all that time the poor man ran in debt or subsisted on the bounty of his master.

కాదు, మీరు నాతో కూడా రావడము వల్ల యిప్పట్లో వుండే వుద్యోగమును పోగొట్టుకోవడమే కాకుండా, అందుకు తగిన

No; your going with me would lead to your losing your present post, and gaining no real equivalent.

ఫలము నున్ను మీరు పొంద బొయ్యేది లేదు.

అయ్యా నేను తమ్ముని వదలను. — T. Sir I will not leave you.

సరే, అన్నిటికిన్ని మీకు నేను చెప్పేది యొకటే; మీరు నాతో కూడా రాకూడదు. వద్దన్న తరువాత నున్ను మీరు వస్తే, మీతోటి మాట నాకు అక్కర లేదు. — G. Then I tell you, once for all, that I forbid your following me: if you come, after being forbidden, I will have nothing to say to you.

ఎక్కడికి పోతున్నారయ్యా? — T. Where are you going sir?

హో యిందువల్ల నాకు జ్ఞాపకము వచ్చినది; నేను మరచినాను; నీవు తెలుగువాడవు, నన్ను మళయాళమునకు పొమ్మని వుత్తరువు అయి వున్నది. — G. Ah that reminds me; I had forgotten; you are a Telugu man, and I am ordered to go to Malayalam.

అది చింత లేదు. — T. That makes no difference. (Or, never mind.)

ఏమి? నీకు మళయాళము వచ్చునా? — G. What? do you know Malayalam?

రాదయ్యా, అయితే నేను దాన్ని త్వరలో నేర్చుకొంటాను. — T. No sir, but I will soon learn it.

అరవము చదవవలెన'నియత్న పడి అది నీకు అసాధ్యముగా వుండెన'ని, మునుపు నీవు నాతో చెప్ప లేదా ?	G. Did not you formerly tell me you had tried to learn Tamil and found it beyond your power?
అది వాస్తవమే; అయితే, నేను త్వరగా మళయాళ భాషను నేర్చుకొందును.	T. That is very true; but I shall learn Malayalam soon.
నా మాట విని యీ పిచ్చి భ్రమను విడిచి పెట్టి, యిక్కడ వుంటివంటే, నా తర్వాత చదవబొయ్యే విద్యార్థి నావలెనే నీకు యిష్టుడుగా వుండును.	G. I advise you to lay aside this fancy. Remain here and you will like your next pupil as well as you like me.

ANALYSIS.

౧౪ గో *Fourteenth*; ordinal numeral.

మునిషీతో *With a Moonshee*; Inst. of మునిషీ (H.) n. s. a *teacher.*

ఒకరినొకరు *One another, each other,* from ఒకరిని acc. of ఒకరు *persons* the plu. of ఒకడు n. s. *a man.* యెడబాయవలసిన *that should be separated,* from యెడబాయ *Root in A* of ఎడబాయుట v. a. *to separate* and వలసిన *must.* కాలము * n. s. *time* వచ్చినది *(it) has come*; 3d pers. sing. neut. past tense of వచ్చుట v. n. *to come.* కదా *is it not so, of course, to be sure,* contraction of కాదా 3d pers. sing. neut. neg. Ao. of అవుట v. n. *to become,* with ఆ added to denote question.

అట్లా adv. Thus, *in that manner.*

బయిటిదేశము *The outer country,* vulgarly *up the country,* from బయిటి infl. of బయిలు n. s. *out side* and దేశము * n. s. *country.* పొమ్మని

saying go thou, from పొమ్ము sing. imperative of పోవుట v. n. *to go*, and అని past p|| of అనుట v. a. *to say*. ఉత్తరువు n. s. *order*. అయినది [*it*] *is given* lit: (*it*) *became*; 3d person sing. neut. past tense of అవుట. మీరెఱుగరా *do not you know?* from మీరెఱుగరు 2d pers. plu. neg. Ao. of ఎఱుగుట v. a. *to know*, with ā denoting question.

అందువల్ల *Thereby*, from అందు adv. *there* and వల్ల postposition, *by*. యేమిన్ని *nothing*, from ఏమి Interro. pron. *what*, and న్ని conjunc. used with an intensive force. పోతే *if* (—) *go*; conditional form of పోవుట v. n. *to go*. వస్తున్నాను *I am coming* or *shall come*; 1st pers. sing. pres. tense of వచ్చుట. *Here* the present tense is used for the future.

అయ్యేదికాదు *It cannot be done*, lit: *it is not that which could become*, from అయ్యేది *which will become*; Infin. in E'di of అవుట v. n. *to become*, and కాదు *it is not*; 3d pers. sing. neut. neg. Ao. of అవుట. కాలీజు (E.) n. s. *college*. రావడము *coming*; Infin. in Damu of వచ్చుట. వల్ల n. s. *possibility*. లేకుంటే *if there be not* or *were it otherwise*, from లేక neg. p|| in క of ఉండుట v. n. *to be*, and ఉంటే conditional form of ఉండుట. సంతోషమే *gladness indeed*, *satisfaction indeed*, from సంతోషము * n. s. *pleasure*, joy, with emphatic ē added.

తమయందు *On your honour*, from తమ *your*; infl. plu. of తాను pron. *self*, and యందు for అందు postpos. *in* or *on*. భారము * n. s. *weight*, *load*. రాజీనామా (H.) n. s. a *reconciliation*, *an agreement*. Here it means *resignation*.

మిమ్మున *You*; acc. plu. of నీవు pron. *thou*. మంచిదికాదు *it is not good* or *proper*, from మంచి adj. *good*, and ది for అది pron. *it*, and కాదు. కొందరు adj. pron. *a few people*.

తమరు *Your honour*, *yourselves*. plu. of తాను pron. *self*. యజమానులు * n. s. plu. *Masters*. ప్రభువులు plu. of ప్రభువు * n. s. *a lord*, *ruler*. పాదముల infl. plu. of పాదము * n. s. *a foot*. ప్రాణములను acc. plu. of ప్రాణము * n. s. *life*, *breath*. విడుస్తున్నాను *I will give up*; 1st pers. sing. pres. tense of విడుచుట v. a. *to leave*, *to give up*.

సరే adv. *Very good,* from సరి adj. *right, proper,* and ē denoting emphasis. Here it means *but.* యిటువంటి adj. *such, like this.* కారాదు *it ought not to be done, it is improper,* from కా *Root in A* of అవుట and రాదు 3d pers. sing. neut. neg. Ao. of వచ్చుట. అందరున్ను indef. pron. *all the people,* with న్ను conjunc. *and* added to denote emphasis. యిట్లానే adv. *thus, in this manner,* with emphatic ē, the proximate of అట్లాగు *that way,* from యిట్టి adj. pron. *this* and లాగు n. s. *manner.* చెప్పేది *telling;* Infin. in E'Di of చెప్పుట v. a. *to tell.* దొరగారు *Master, lord.* (గారు is an honorific affix used to denote honor, dignity like Esquire.)

యితరులవలెనేనా *(Am I) like others,* from యితరుల infl. plu. of ఇతరుడు * n. s. *another man, a stranger,* వలె adv. *like,* with emphatic ē. N being inserted, and ā denoting interrogation and a second N is added to give still more emphatic force. రక్షకులు * n. s. plu. *protecters, supporters.*

బతిమాలుకోవడములచేత *By entreaties,* from బతిమాలుకోవడముల infl. plu. of బతిమాలుకోవడము which is the Infin. in Damu of బతిమాలుకొనుట Mid. of బతిమాలుట v. a. *to pray,* and చేత postpos. *by.* ప్రయోజనము * n. s. *advantāge.* వెయి adj. and n. s. *a thousand.* అంటున్నానే *I am saying:* 1st pers. sing. pres. tense of అనుట v. a. *to say,* with ē denoting emphasis.

కాదా *Is it not so;* 3d pers. sing. neut. neg. Ao. of అవుట v. n. *to become.* సర్వశక్తులు * plu. *all powerful.* ఆయన pron. *he, that man.* పోలీసు (E) adj. *police.*

వాస్తవమే *It is true,* from వాస్తవము * adj. *true,* and ē denoting emphasis. అయ్యేటందుకు (In Latin Ad fiendum) *for obtaining it,* lit: *for (its) becoming,* from అయ్యే rel. Ao. p‖ of అవుట and అందుకు *to that, thereto:* D. of అందు adv. *there,* ట *being inserted.* ముందు adv. *before, formerly.* యెన్ని *how many?* adj. pron. neut. the interrogative of అన్ని and ఇన్ని *so many.* కనిపెట్టివుండినారు [*they*] *waited,* from కనిపెట్టి past p‖ of కనిపెట్టుట v. a. *to find* and

వుండినారు 3d pers. plu. past tense of ఉండుట v. n. *to be, to dwell.* Here the plural verb honorifically used for the singular. దినములలో *of days;* loc. plu. of దినము * n. s. *a day.* అప్పులుపడ్డాడో *whether he was involved in debt,* from అప్పులు n. s. plu. *debts* and పడ్డాడో *if he fell;* 3d pers. sing. masc. past tense of పడుట v. n. *to fall, to suffer,* with o added to denote doubt. లేక *or;* neg. p|| in క of కలుగుట v. n. *to be.* ధర్మానికి *As a virtue. i. e. free, gratis;* D. sing. of ధర్మము * n. s. *charity, virtue.* యేమైనా *any thing,* from ఏది which? interro. pron. and అయినా past rel. p|| of అవుట. యిస్తే if (—) *give;* conditional form of ఇచ్చుట v. a. *to give.* జీవనము.* n. s. *livelihood.* వుండెనో *whether* (*he*) *was;* 3d pers. sing. past tense of ఉండుట. రావడము *coming;* Infin. in Damu of వచ్చుట v. n. *to come.* యిప్పట్లో *at present;* loc. of ఇప్పుడు adv. *now.* పోగొట్టుకోవడమే *losing;* Infin. in Damu of పోగొట్టుకొనుట Mid. of పోగొట్టుట v. a. *to lose,* lit: *to throw away,* with emphatic ē added. కాకుండా *besides, not only.* lit: *without becoming,* from కాక neg. p|| in క of అవుట and వుండ *Root in A* of ఉండుట. తగిన adj. *fit, suitable.* ఫలమున్ను acc. of ఫలము * n. s. *advantage, with* న్ను conjunc. *and* added to denote emphasis. పొంద *Root in A* of పొందుట v. a. *to obtain.* పోయ్యేది *going;* Infin. in E'di of పోవుట v. n. *to go.*

తమ్మున *Your honor, their honor,* lit: *yourselves,* theirselves; acc. plu. of తాను pron. *self.* వదలను *I will not leave;* 1st person sing. neg. Ao. of వదులుట v. a. *to leave, to quit.*

అన్నిటికిన్ని *For all,* from అన్నిటికి D. of అన్ని adj. pron. neut. and న్ని conj. *and* denoting emphasis. చెప్పేది *the thing that is said;* Infin. in E'Di of చెప్పుట v. a. *to say.* ఒకటే *only one;* neut. numeral with emphatic ē added. రాకూడదు (—) *ought not to come,* from రా *Root in A* of వచ్చుట and కూడదు *it is unfit.* 3d pers. sing. neut. neg. Ao. of కూడుట v. n. *to be fit.* వద్దు for వలదు or వలవదు *must not;* 3d pers. sing. neut.

neg. Ao. of కలయుట. అన్న for అనిన *that said;* past rel. p|| of అనుట v. a. *to say.* తర్వాతనున్ను *even afterwards,* with నున్ను added to denote emphasis. మీతోటి *with you,* from మీ the plu. infl. నీవు pron. *thou* and తోటి affix *with.* అక్కర n. s. *need, want.*

హా interj. Ah! మరిచినాను *I forgot;* 1st pers. sing. past tense of మరుచుట v. a. *to forget.* తెలుగువాడవు *thou art a Telugu man,* from తెలుగువాడు n. s. *a Telugu man* and అవు denotes the 2d pers. sing. (*thou art.*) మళయాళమునకు *to Malayalam;* D. of మళయాళము n. s. *name of a country.* పొమ్మని *that you should go,* lit: saying *go thou,* from పొమ్ము sing. imperative of పోవుట v. n. *to go,* and అని past p|| of అనుట.

చింత * n. s. *Sorrow, consideration.*

వచ్చునా *Will it come;* 3d pers. sing. neut. Ao. of వచ్చుట v. n. *to come,* with ā added denoting interrogation. 'Thus ఆ భాష నీకు వచ్చునా does the language *come to you?*' i. e. *do you understand it?*

రాదు *It does not come,* as ఆ భాష నాకు రాదు *that language does not come to me.* i. e. *I dont understand it;* 3d pers. sing. neut. neg. Ao. of వచ్చుట. త్వరలో adv. *in a short time, quickly,* from త్వర n. s. *haste* and లో postposition *In.* నేర్చుకొంటాను *I shall learn;* 1st pers. sing. pres. tense of నేర్చుకొనుట Mid. of నేర్చుట v. a. *to learn.* Here the present tense is used for the future.

యత్నపడి *Having endeavoured,* or *tried;* past p|| of యత్నపడుట v. n. *to try, to endeavour,* from యత్నము *endeavour* and పడుట *to fall.* అసాధ్యముగా adv. *impossibly.* నాతో *with me,* from నా infl. of నేను pron. *I,* and తో affix *with.*

నేర్చుకొందును *I will learn;* 1st pers. sing. Ao. of నేర్చుకొనుట Mid. of నేర్చుట.

భ్రమను Acc. sing. of భ్రమ * n. s. *error, mistake,* wish. విడిచిపెట్టి *having given up;* past p|| of విడిచిపెట్టుట v. a. *to leave, to quit.* వుంటివంటే *If one says that you were there* i. e. if (*thou*) *wast,* from

వుంటివి 2d pers. sing. past tense of ఉండుట and అంటే conditional form of అనుట. నా *my*; Gen. of నేను pron. *I.* చదవబోయ్యే *that shall read,* from చదవ *Root in A* of చదువుట v. a. *to read* and బోయ్యే Rel. Ao. p|| of పోవుట v. n. *to go.* విద్యార్థి * n. s. a *student,* from విద్య * n. s. *learning,* and అర్థి *he who desires.* వలెనే adv. *like,* with emphatic N ē added. యిష్టుడుగా *as* a *friend,* from ఇష్టుడు * n. s. *a friend* and గా adverbial affix. వుండును (—) *will be;* 3d pers. sing. Ao of ఉండుట v. n. *to be.*

పదిహేనో పాఠము. *Fifteenth Exercise.*

ఈ గుడి పేరేమి ?	What is the name of this pagoda ?
ఇది వీరరాఘవస్వామి గుడి.	It is sacred to Viraraghava Swami.
ఈ గోపురము నిండా పొడుగుగా వున్నది.	The tower over the gate is lofty.
దానికి తొమ్మిది అంతస్తులు వున్నవి.	There are nine stories in it.
ఈ గోపుర ద్వారములో యేనుగలు సులభముగా పోతవి. ఇది నల్లరాతితో కట్టబడి వున్నది.	The gate admits elephants with ease. It is built of black marble.
రెండు పక్కలలోనున్న చేత గద పట్టుకొని పురుష ప్రతిమలు వున్నవి.	On each side is a statue of a man armed with a club.

ఆ ప్రతిమలు ద్వార పాలకులు.	Those statues are porters.
ఆ స్తంభము యేమి ?	What is that mast ?
ధ్వజ స్తంభము.	The flagstaff.
బైట వుండే ఆ కుంట యీ గుడితో చేరినదేనా ?	Does that tank outside belong to the pagoda ?
అవును, యింకా లోపల మరి వొకటి వున్నది.	Yes, but there is another inside.
ఈ కుంటకు నల్లరాయి కట్టి వున్నది.	This tank is faced with black marble.
దానికి యెన్ని మెట్లు వున్నవి ?	How many steps are there down into it ?
నీళ్ల దాకా యెనభై మెట్లున్ను దాని కింద శానా మెట్లున్ను వున్నవట.	They say there are eighty steps down to the water and many more below.
వాటిని నీవు యెంచి వున్నావా ?	Have you counted them ?
లేదు.	No.
దీన్ని యేమని అంటారు ?	What do you call that ?
అది కపిల.	That is the (leather) bucket (drawn up by bullocks over the pulley.)
అది యే తోలుతో కుట్టినది ?	What skin is it made of ?

ఆవు చర్మముతోనో లేక యెనప చర్మముతోనో.	Cow's skin or buffaloes skin perhaps.
వాడు యేమి చేస్తున్నాడు?	What is that man doing?
వాడు గరుత్మంతుడికి మాంస ఖండములను యెగర వేస్తున్నాడు.	He is tossing pieces of flesh into the air for the braminy kite.
ఆ గరుడపక్షులు ఆ మాంస ఖండములను తన్నుకొని పోతవి.	The braminy kites pounce down upon the bits.
ఆ గరుడపక్షి ఆ మాంసమును చిన్న గరుడపక్షి వద్ద నుంచి పెరుక్కొన్నది.	That braminy kite has snatched the flesh from the smaller one.
ఆ ఆడవాండ్లు యెవరు?	Who are those women?
బోగమువాండ్లు ; యీ గుడితో చేరినవాండ్లు; తమరు బహుమానము యిత్తురేమోఅని తమదర్శనమునకై వచ్చి యున్నారు.	Dancing girls: they belong to the pagoda; they have come to pay you their respects, to know if you will bestow a present on them.
ఈ గుడిని కట్టినది యెవరు?	Who built the pagoda?
ఎవరున్ను యెరుగరు.	Nobody knows.
ఈ కొత్త గుడిని యెవరు కట్టినది?	Who built the new pagoda?
కృష్ణమ శెట్టి, ఆయన నిరుడు చనిపోయినారు.	Kishtanama setti who died last year.

పాపం.

Poor man!

అయ్యా మీరు యెరుగరా? దేవుడికి గుళ్లు గాని రథములు గాని కట్టించినవాండ్లు వెంటనే చని పోవడము వాడుక.

Sir do not you know that those who build pagodas or carriages for a god always die very soon after?

ఏమి; అందరున్ను అట్లా యెంచుతున్నారా?

What; is that the general belief?

అవును, అది రూఢి అని ప్రసిద్ధమే.

Yes, it is a well known fact.

ANALYSIS.

పదిహేనో *Fifteenth; ordinal numeral.*

పేరు n. s. *A name.*

వీరరాఘవస్వామి * n. s. *Name of a god.*

గోపురము n. s. *A tower.* పొడుగుగా adv. *loftily.*

తొమ్మిది *Nine;* neut. numeral. అంతస్థులు plu. of అంతస్థు n. s. *a story, tier,* or *range.* వున్నవి *there are;* 3d pers. plu. neut. pres. tense of ఉండుట v. n. *to be.*

ద్వారములో *In the gate;* loc. of ద్వారము * n. s. *a gate.* సులభముగా * adv. *easily.* పోతవి *they go;* 3d pers. plu. neut. pres. tense of పోవుట v. n. *to go.* నల్లరాతితో *with black stone. i. e. with marbles,* from నల్ల adj. *black,* రాతి infl. of రాయి n. s. a *stone,* and తో affix *with.* కట్టబడి *having been built;* past p‖ of కట్టబడుట v. n. *to be erected,* which is the Passive form of కట్టుట v. a. *to build.*

రెండు *Two;* neut. numeral. పక్కలలోనున్ను *even on the sides,* from పక్కల plu. infl. of పక్క n. s. *a side.* లో *in* or *on* and నున్ను affix added to denote emphasis. చేత *in the hand;* loc. oblative of చెయ్యి n. s. *the hand.* గద * n. s. *a club, a mace.* పట్టుకొని *having held;* Mid. past p|| of పట్టుకొనుట. v. a. *to hold.* పురుష * adj. *male.* ప్రతిమలు * n. s. plu. *images.*

ద్వారపాలకులు * n. s. plu. *Supporters.* i. e. *images of men, in marble, on each side of a gate : guards at the gate.*

స్తంభము * n. s. *A staff, a mast.*

ధ్వజస్తంభము * n. s. *A flag-staff,* from ధ్వజము * n. s. *flag* and స్తంభము.

బైట adv. *Outside;* loc. of బయిలు n. s. *the outside,* exterior. గుంట n. s. *a pond, a tank.* చేరినదేనా *does it belong,* from చేరిన past rel. p|| of చేరుట v. n. *to appertain,* ది for అది pron. *it,* and —ఏనా the mark of emphasis with ā the sign of question added, as ఆ గుంటగుడికే చేరినదేనా *does that tank belong to the pagoda.*

అవును adv. *Yes;* 3d pers. sing. neut. Ao. of అవుట v. n. *to become.* లోపల adv. *inside, within.* మరి adj. *another.* ఒకటి neut. numeral *one.*

గుంటకు *To the tank;* D. of గుంట n. s. *a tank.* నల్లరాయికట్టి *having fixed black stones, having paved it with black stones;* past p|| of నల్లరాయికట్టుట v. a. *to pave with black stones.*

మెట్లు plu. of మెట్టు n. s. *a step.*

నీళ్లదాకా *Down to the water,* from నీళ్ల infl. of నీళ్లు n. s. *water* and దాకా adv. *until, till.* ఎనభై numeral *eighty.* దానికి *to it;* D. of అది pron. it కింద adv. *down, below.* చాలా adj. *many, plenty.* వున్నవట *they say, that there are,* from వున్నవి 3d pers. plu. neut. pres. tense of ఉండుట v. n. *to be* and అట for అంటున్నారు affix denoting, *they say* or *it is said.*

వాటిని *Them;* acc. plu. of అది pron. *it.* ఎంచి past p|| of ఎంచుట v. a. *to count, to reckon.* వున్నావా *art thou?* 2d pers. sing. pres. tense of ఉండుట with ā, the interrogative sign.

ఏమని *Saying what:* from ఏమి interro. pron. *what?* and అని past p|| of అనుట v. a. *to say.*

కపిల n. s. *A swape, a kind of pump.*

యే Interro. pron. *which? what?* తోలు n. s. *skin.* కుట్టినది *is it stitched?* from కుట్టిన past rel. p|| of కుట్టుట v. a. *To stitch, to sew* and ది for అది pron. *it.*

చర్మముతోనో *Either with the skin;* from చర్మము * n. s. *skin,* తో *with* ō the sign of doubt, and N inserted. యెనప adj. *relating to a buffaloe, appertaining to a buffaloe.*

చేస్తున్నాడు *He does;* 3d pers. sing. masc. pres. tense of చేయుట v. a. *to do.*

గరుత్మంతునికి *For the braminy kite;* D. of గరుత్మంతుడు * n. s. *a braminy kite.* మాంసఖండములను *pieces of flesh,* from మాంసము * n. s. *flesh* and ఖండములను acc. plu. of ఖండము * n. s. *a piece, a bit.* యెగరవేస్తున్నాడు *he tosses up,* from యెగర *Root in A* of ఎగురుట v. n. *to fly* and వేస్తున్నాడు 3d pers. sing. masc. pres. tense of వేయుట v. a. *to cast, to fling.*

గరుడపక్షులు n. s. plu. *Braminy kites.* తన్నుకొనిపోతవి *they pounce upon,* from తన్నుకొని past p|| of తన్నుకొనుట Mid. of తన్నుట v. a. *to kick,* and పోతవి 3d pers. plu. neut. pres. tense of పోవుట v. n. *to go.*

మాంసమును Acc. of మాంసము * n. s. *flesh.* పెరుక్కొన్నది (*she* or *it*) *snatched;* 3d pers. sing. fem. and neut. past tense of పెరుక్కొనుట which is the Mid. of పెరుకుట v. a. *to snatch.*

ఆడవాండ్లు *Women,* plu. of ఆడది n. s. *a woman.* యెవరు *who?* Interro. pron. masc. and fem.

భోగమువాండ్లు *Dancing girls, whores;* plu. of భోగముది n. s. fem. *a dancing woman,* or భోగమువాడు n. s. masc. *a comidian, a man of the dancing caste.* చేరినవాండ్లు *those that belong,* from చేరిన past rel. p|| of చేరుట v. n. *to belong, to appertain* and వాండ్లు *persons.* plu. of వాడు *a person,* as వాండ్లుయీగుడితో చేరినవాండ్లు *they are persons who belong to this pagoda.* బహుమానము * n. s. *reward.* యిస్తారేమో *you will perhaps give,* from యిస్తారు for యిచ్చు

దురు 2d pers. plu. Ao. of ఇచ్చుట v. a. *to give* and ఏమి interro. pron. *what,* with ō added to denote doubt. దర్శనమునకై *for the purpose of visiting*, from దర్శనమునకు D. of దర్శనము * n. s. *a visit, seeing*, and ఆయి *being for;* past p|| of అవుట. వచ్చియున్నారు *they are come,* from వచ్చి past p|| of వచ్చుట v. n. *to come,* and యున్నారు for ఉన్నారు *they are;* 3d pers. plu. pres. tense of ఉండుట.

గుడిని Acc. of గుడి n. s. *a pagoda.* కట్టినది *that built,* from కట్టిన past rel. p|| of కట్టుట v. a. *to build* and ది for అది *it.*

యెవరున్ను *Any one*, from ఎవరు *who ;* interro. pron. and న్ను conjunc. *and* denoting emphasis. యెరుగరు (*they*) *do not know ;* 3d. pers. plu. neg. Ao. of ఎరుగుట v. a. *to know.*

కృష్ణమశెట్టి n. s. *Name of a man of the merchant caste.* Here the verb is understood. నిరుడు n. s. *the last year.* చనిపోయినారు (*he*) *died*, lit : *they died ;* 3d pers. plu. past tense of చనిపోవుట v. n. *to die.* Here the plural verb is used for the singular in token of respect.

యెరుగరా *Do not you know?* 2d pers. plu. neg. Ao. of ఎరుగుట v. a. *to know*, with ā denoting interro. దేవుడికి *for a god ;* D. of దేవుడు * n. s. *a god.* గుళ్లు plu. of గుడి n. s. *a pagoda.* గాని conjunc. *either*, or *unless;* from కా *to become* and ఈ *to give or permit*, and N is inserted. రథములు * n. s. plu. *chariots.* కట్టించిన *that caused to be built ;* past rel. p|| of కట్టించుట causal of కట్టుట v. a. *to build.* వెంటనే adv. *immediately, soon after.* చనిపోవడము *dying ;* Infin. in Damu of చనిపోవుట v. n. *to die.* వాడుక n. s. *custom, usage.* Here the verb is understood.

యెంచుతున్నారా *Do they think?* 3d pers. plu. pres. tense of ఎంచుట v. a. *to think, to believe,* with ā the interro. sign added.

రూఢి * n. s. *Truth.* అదిరూఢి *it is fact.* Here the verb is understood. ప్రసిద్ధమే *it is famous,* from ప్రసిద్ధము * adj. *famous, celebrated,* and –ే a mark used to denote emphasis.

పదహారో పాఠము.	*Sixteenth Exercise.*
ఊరి సంగతులు.	VILLAGE TALK.*
మీ వాండ్లు అందరున్ను క్షేమముగా వున్నారా?	Are all your people well?
అందరున్ను క్షేమముగా వున్నారు. పట్టాభిరామ శాస్త్రికి మాత్రము వొళ్లు కుదురు లేదు.	All are well. Only Pattabhirama Sastry is poorly.
అతను నిండా దినములుగా వొళ్లు కుదురు లేక వున్నాడు.	He has been ill a great many days.
నిండా దినములుగానా! బహు కాలము నుంచి అను.	A great many days! Say a long time.
నిజమే, అతనిది దీర్ఘ వ్యాధిగా వున్నట్టున్నది.	True, his appears to be a chronic disorder.
ఇప్పుడు అతనికి యెవరున్ను మందు యివ్వడము లేదా?	Does no one now administer medicine to him?
ముగ్గురు నలుగురు వైద్యులు చూస్తున్నారు.	Three or four physicians attend on him.
ఈ సామాన్యమైన రోగమును స్వస్థము చేయలేని వాండ్లు యేలాగంటి వైద్యులు?	What sort of physicians are they, who cannot cure this common disorder?

* From Carey.

వైద్యులు యేమి చేయగలరు? శాస్త్ర ప్రకారము మందులు యిచ్చి తమ చేతనైన పాటు బడుతున్నారు.	What can the doctors do? They give medicines according to the books and do all they can.
అయితే అతనికి వొళ్లు యేల కుదర లేదు? అది వాడి గ్రహ చారము. విధిని యెవరు అడ్డగించ గలరు?	Then why does he not recover? That is his destiny. Who can hinder what is determined?
నిజమే గాని, యీ వ్యాధి అతన్ని కొంచపోనని తోస్తున్నది. చేయ వలసినది యేమి? అది దైవసంకల్పము. మనిషి అశక్తుడు. మనిషి యేమి చేయ గలడు? వాడికి వుండే శక్తి యేమి? మనిషి మంటి గెడ్డ వలె వున్నాడు.	True; I suppose this illness will carry him off. What's to be done? 'Tis the will of God. Man has no power. What can man do? What strength has he? Man is like a clod.
దేవుడు వాణ్ని యే విధమున వేస్తే ఆ విధమున పడి వుంటాడు సుమీ.	Which way soever God throws him, there he remains, truly.
మనిషియొక్క శక్తి యేమిన్ని లేదు, సమస్తమున్ను దేవుడిదే.	The power of man is nothing at all; all is of God.

మన దేశములో అతడు నిండా గొప్పవాడు; చదువులోనున్ను తెలివిలోనున్ను అతి ఘనుడు. అతడు చనిపోతే, మన దేశపు చదువున్ను అతనితో కూడా పోతున్నది.	He is one of the principal people in our country; he is an excellent person as it respects learning and judgment. If he should die, the learning of our country is gone.
అట్లాగా? అటువంటి వాడు మరి వొకడున్ను లేడా?	Aye! Is there no one else like him?
అతని వంటివాడా! అతనితో పండితుడనే మాట పోను! అతడు విద్యానిధి ఆయెనే! యితరులు వట్టి పశువులు; అంగడి వీధి ఆబోతులు.	Like him! with him the very name of teacher will be lost! he was a mine of learning! the rest are mere brutes; only market going clowns.
ఆయన చావ రాదు.	I hope he will not die.
అది యెట్లా తెలుసును! యిప్పట్లో అతడు బ్రతికే గతి కానము.	How can that be known? At present there is no likelihood that he will live.
నిజమే గాని, స్వామియొక్క కటాక్షము వస్తే, నిమిషములో బ్రతుకును.	True, but if God please, he will recover in a moment.

అది నిజమే—అందులో ఆశ్చర్యమే'మి వున్నది? స్వామికి అనుగ్రహము వస్తే తల వూచడముచేత అణువును పర్వతముగా నైనా పర్వతమును అణువుగా నైనా చేయగలడు.	That's true—what is there wonderful in that? If it please God he can by a nod change dust into a mountain or reduce a mountain to dust.
అది పోనియ్యి. నీవు వచ్చేటప్పుడు యెట్లా వుండినది? ఆయన యింకా శానా దినములు తోసున'ని తోచినదా?	Let that go. When you came away how did it appear? Did you think he would suffer many more days?
నాకు తోచ లేదు. ఆయన నిండా దినములు జీవించడు. వైద్యులు భయము లేదంటారు గాని, అది వూరికె మనకు దుఃఖోపశమనముగా చెప్పే మాట అని మాకు తోస్తున్నది.	I think not. He is not long for this world. The doctors say, there is no fear but we think that is only consoling talk.
కడమవాండ్లు యేమి అంటారు?	What do other people say?
అతని తోడపుట్టు బిడ్డలు యేమిగా వున్నారు?	How are his nephews?
వాండ్లు నిండా గొప్పవాండ్లుగా వున్నారు, వాండ్లతో మాట్లాడడమునకు యె	They are great men, who can speak to them? There are no people in

వరికి శక్యము? వాండ్ల సహవాసమునకు తగినవాండ్లు మన దేశములో లేరు.	our country fit for their company.
కుంపినీ వుద్యోగము చిక్కినందున నిండా భాగ్యవంతులైవున్నారు.	Having obtained the Company's business they are become very rich.
మన దేశములో వుద్యోగమువల్ల అంత ధనమును సంపాదించిన వాడు వేరే యెవడున్ను లేడు.	There was no other person in our country, who could get so much wealth by service.
వాండ్లు భాగ్యవంతులు మాత్రమే కాకుండా, భూస్థితి నిండా సంపాదించి వున్నారు. ఇప్పట్లో కొంచెము హెచ్చు తక్కువ లక్షురూపాయలు దాకా ఆస్తి వున్నది.	They are not only rich; they have acquired much landed property. By this time they have got an estate worth a lack of Rupees, more or less.
అన్నీ అదృష్టవశముగా వున్నది. వాండ్లుమునుపుయేమిగా వుండిరి, యిప్పుడు యేమిగా వున్నారు, అది మాత్రము చూడు.	All is under the government of fortune. Only see, what they were, and now what they are.
వాండ్ల కుటుంబము యొక్క వృత్తాంతము మనకందరికిన్ని తెలుసును. వాండ్ల తలి	We all know the history of their family. There was no end to the trou-

దండ్రులు పడ్డ శ్రమ యింతంత కాదు.	ble their father and mother underwent.
ఆ శాస్త్రి వాండ్లకు యేదైనా యిస్తూ వచ్చిన వరకున్ను వాండ్లు నానాటికి గడుపుకొంటూ వచ్చిరి.	As long as the Sastri gave them any thing they were supplied for the day.
స్వామి వాండ్లకు యిప్పట్లో అత్యున్నత దశను కలగ చేసి వున్నాడు. సమస్తమున్ను యీశ్వరాధీనము. ఆయన గొప్పను కొద్దిగానున్ను కొద్దిని గొప్పగానున్ను చేయ గలడు.	Now God has amazingly increased them. All things are under God. He can reduce the high and raise those who are mean.
నేను ఆ దేశము విడిచి వచ్చి బహు దినములు అయినవి. వాండ్ల ఆహార ఆచ్ఛాదనములు యెట్లా వున్నవి ?	I have been a long time out of that country. What table do they keep, and what costume do they wear ?
అవును, వాండ్లు మృష్టాన్నముగా భోజనము చేస్తున్నారు. మంచి బట్టలు కట్టుతున్నారు.	Indeed they live well and dress well.
వాండ్లు తమ చుట్టాలకున్ను తమకు కావలసిన వాండ్లకు	They help their relations and friends: but are

న్ను సహాయము చేస్తున్నారుగాని, అంత నిండా ధర్మిష్ఠులుకారు. — not remarkably charitable.

వాండ్లు కొన్న భూస్థితిని యెట్లా పెట్టుకొని యున్నారు. — Tell me how is the estate managed which they have bought.

వాండ్లకు మునుపు భూస్థితి వుండనే లేదు; యిప్పట్లో వాండ్లకు వున్నది. అయితే దాన్ని నిండా చక్కగా పెట్టుకొని వుండ లేదు. వాండ్లకు యీ సంగతులు తెలియవు. — They never had an estate before; now they have: but do not manage it remarkably well. They are not acquainted with these matters.

ఈ విషయములో వాండ్లను కాపులు నిందిస్తున్నారు. — The tenants don't speak very well of them in this respect.

వాండ్లు గర్వపడుతున్నారా? వాండ్లకేమి ఆస్తి వున్నది? — Tell me, do they act proudly? What fortune have they?

ఇల్లు యేవిధముగా కట్టుకొని వున్నారు? — What sort of a dwelling house have they built?

చతురశ్రమైన ముంగిలి పెట్టి నాలుగు తట్లున్నవొకటే పొడుగుగా కట్టి మూడు నాలుగు భవంతులు చేసి వున్నారు. — Having made the dwelling house of an equal height on the four sides of a square court, they have made three or four apartments.

ANALYSIS.

పదహారో *Sixteenth;* ordinal numeral.

ఊరి Infl. sing. of ఊరు n. s. *a village.* సంగతులు plu. of సంగతి n. s. *matter, affair, circumstance.*

మీ *Your;* Gen. plu. of నీవు pron. *thou.* వాండ్లు *persons, they;* plu. of వాడు n. s. *a man,* thus మీవాండ్లు *your people.* క్షేమముగా * adv. *in health, happily.* వున్నారా *are they?* 3d pers. plu. masc. and fem. pres. tense of ఉండుట v. n. *to be,* with ā the interrogative sign added.

పట్టాభిరామశాస్త్రికి Dat. of పట్టాభిరామశాస్త్రి *a proper name.* మాత్రము adv. *only* ఒళ్లు n. s. *the body.* కుదురులేదు *is not well,* from కుదురు n. s. *health* and లేదు 3d pers. sing. neut. neg. Ao. of ఉండుట.

దినములుగా *In days,* from దినములు plu. of దినము * n. s. *a day.* and గా the adverbial affix: as నిండాదినములుగా *for many days.* నిండాదినములుగానా *a great many days?* ā is the interrogative sign. N being added. బహు * adj. *many, great.* కాలము * n. s. *time.* నుంచి post pos. *from.* అను *say than;* sec. pers. sing. imperative of అనుట v. a. *to say, to tell.*

నిజమే *It is true,* from నిజము n. s. *truth,* with ē denoting emphasis. Here the verb is understood. అతనిది *his,* from అతని Gen. of అతడు pron. *he, that man,* and ది from అది pron. *it.* దీర్ఘ * adj. *long, lengthened.* వ్యాధిగా *as a disease,* from వ్యాధి * n. s. *disease, illness,* and గా. వున్నట్టు *as if it were,* from వున్న for వుండిన past rel. p|| of ఉండుట and అట్టు affix meaning, *as, so as, so that.*

అతనికి *To him;* D. of అతడు. యివ్వడము *prescribing, giving;* Infin. in Damu of ఇచ్చుట v. a. *to give.* లేదా *is there not,* from లేదు, with the interrogative sign added. Thus యివ్వడములేదా *is there not a giving?*

ముగ్గురునలుగురు *Three or four persons,* from ముగ్గురు masc. and fem. of the neut. numeral మూడు *three.* నలుగురు masc. and fem. of the neut. numeral నాలుగు *four.* Here the disjunctive conjunction *or* is understood. వైద్యులు * n. s. plu. *physicians.* చూస్తున్నారు (they) *attend,* lit: *visit;* 3d pers. plu. pres. tense of చూచుట v. a. *to visit.*

సామాన్యమైన *Common,* from సామాన్యము * adj. *general* and అయిన past rel. p|| of అగుట v. n. *to become.* This affix is added to convert nouns into adjectives. రోగము * n. s. *disease, sickness.* స్వస్థము చేయలేని *that are not able to cure,* from స్వస్థము * n. s. *health, soundness,* చేయ Root in A of చేయుట v. a. *to do* and లేని neg. rel. p|| of కలుగుట v. n. *to be able.* యేలాగంటి adv. *what sort of?*

శాస్త్రప్రకారము *According to the Sastras,* from శాస్త్రము * n. s. *science,* and ప్రకారము * adv. *according to.* పాటుపడుతున్నారు *they take pains, they labour,* from పాటు n. s. *labour* and పడుతున్నారు 3d pers. plu. pres. tense of పడుట v. a. *to suffer.*

యేల adv. *Why?* కుదరలేదు *is (it) not cured,* from కుదర Root in A of కుదురుట v. n. *to be cured, recovered* and లేదు.

గ్రహచారము* n. s. *Fate, destiny,* lit: *the act or effect of the planets.* విధిని acc. sing. of విధి * n. s. *destiny, luck.* అడ్డగించగలరు (who) *can prevent;* from అడ్డగించ Root in A of అడ్డగించుట v. a. *to prevent* and గలరు 3d pers. plu. Ao. of కలుగుట v. n. *to be able.* కొంచపోను *(It) will carry off,* i. e. *kill;* 3d pers. sing. neut. Ao. of కొంచపోవుట v. a. *to take, to carry.* తోస్తున్నది *(It) appears;* 3d pers. sing. neut. pres. tense of తోచుట v. n. *to seem, to appear.* చేయవలసినది *that which is necessary to be done,* from చేయ Root in A of చేయుట v. a. *to do.* వలసిన *must* and ది for అది *it.* దైవసంకల్పము *divine will,* from దైవ * adj. *divine* and సంకల్పము * n. s. *plan.* అశక్తుడు * n. s. *powerless, week.* శక్తి * n. s. *power, ability.* మంటిగడ్డ *a clod,* from మంటి inflec. of మన్ను n. s. *earth* and గడ్డ n. s. *a lump.*

విధమున *In a way;* loc. sing. of విధము * n. s. *way, manner.* యేవిధమున *in which way, whatever way.* వేస్తే *if (—) throws;* conditional form of వేయుట v. a. *to cast.* పడియుంటాడు *he remains thrown down*, from పడి *having fallen;* past p|| of పడుట v. n. *to fall* and యుంటాడు *he remains;* 3d pers. sing. masc. pres. tense of ఉండుట v. n. *to be.* సుమా interj. *Verily, truly, indeed.*

సమస్తమున్ను * adj. *All, every thing.* న్ను conjunc. *and* added to denote emphasis. దేవునిదే *is of God*, from దేవుని infl. sing. of దేవుడు * n. s. *God* and ది for అది pron. *it*, with ē denoting emphasis.

గొప్పవాడు *A great man*, from గొప్ప adj. *great* and వాడు n. s. *a man.* చదువులో *in learning;* loc. sing. of చదువు n. s. *learning.* తెలివిలో loc. sing. of తెలివి n. s. *understanding, wisdom.* అతి * adv. *very much.* ఘనుడు * n. s. *a great man.* కూడా adv. *along with, also.* This is the Root in A. of కూడుట v. n. *to gather, to unite.* పోతున్నది *(it) goes;* pres. tense 3d pers. sing. neut. of పోవుట.

అట్లాగా *(Is) it so? indeed;* from అటు *that* and లాగు n. s. *way*, with ā denoting question. అటువంటి adj. *such, like that.* మరియొకడు n. s. *another man.* లేడా *is there not?* 3d pers. sing. masc. neg. Ao. of ఉండుట v. n. *to be*, with ā denoting question.

అతనివంటి *Like him*, from అతని infl. of అతడు pron. *he, that man* and వంటి affix meaning *such or like.* పండితుడు * n. s. *a learned man.* అనే *which says;* rel. Ao. p|| of అనుట v. a. *to say.* మాట n. s. *a word.* పోను for పోవును *(it) will go, it will be lost;* 3d pers. sing. neut. Ao. of పోవుట v. n. *to go*, విద్యానిధి *a treasure of learning;* from విద్య * n. s. *learning* and నిధి * n. s. *a mine.* ఆయెనే lit. (—) *became*, with ē denoting emphasis; but here it means *he is* (as అతడువిద్యానిధిఆయెనే *he is really a den of learning;*) 3d pers. sing. past. tense of అవుట. యితరులు * n. s. plu. *Others.* వట్టి adj. *quite, mere.* పశువులు * plu. *beasts, cattle.* అంగడి n. s. *a market place, a fair, a shop.* వీధి n. s. *a street.* ఆబోతులు plu. of ఆబోతు n. s. *a bull*, from ఆ for ఆవు n. s. *a cow.* and పోతు *a male.*

ఆయన pron. *He, his honour.* చావరాదు *ought not to die*, from చావ Root in A of చచ్చుట v. n. *to die* and రాదు *must not, should not, (we hope) he will not die ;* 3d pers. sing. neut. neg. Ao. of వచ్చు టు v. n. *to come.*

యెట్లా adv. *How?* తెలుసును *will (it) be known ;* 3d pers. sing. Ao. of తెలియుట. యిప్పట్లో *at this time ;* loc. of ఇప్పుడు adv. *now.* బ్రతికే *that lives, living ;* rel. Ao. p|| of బ్రతుకుట. గతి * n. s. *means, way.* కానము *we see not ;* 1st pers. plu. neg. Ao. of కానుట v. a. *to see.*

స్వామియొక్క *Of God ;* Gen. of స్వామి * n. s. *A lord, a deity.* కటాక్షము * n. s. *favour, regard, a glance* or *side look, partiality.* వస్తే *if (—) come ;* conditional form of వచ్చుట. నిమిషములో * *in a minute ;* loc. of నిమిషము.

అందులో adv. *Therein ;* loc. of అందు adv. *there.* ఆశ్చర్యము * n. s. *wonder.* స్వామికి D. of స్వామి * n. s. *a lord, a deity.* అనుగ్రహము * n. s. *favour, grace.* తల n. s. *the head.* వూచడము *shaking, moving ;* Infin. in Damu of ఊచుట causal form of ఊగుట v. n. *to move.* చేత post pos. *by :* as తలవూచడముచేత *by nodding the head.* అణువును acc. sing. of అణువు * n. s. *an atom.* పర్వతముగానైనా *either as a mountain,* from పర్వతము * n. s. *a mountain,* గా *the adverbial affix* and అయినా past rel. p|| of అవుట, with ā added meaning '*either, or,*' N being inserted.

పోనియ్యి *Let (—) go,* from పో Root in A of పోవుట and యియ్యి sec. pers. sing. imperative of ఇచ్చుట v. a. *to give.* వచ్చేటప్పుడు *when (—) came,* from వచ్చే rel. Ao. p|| of వచ్చుట and అప్పుడు adv. *then, at that time,* ట being inserted. వుండినది *it was ;* 3d pers. sing. neut. past tense of ఉండుట. యింకా adv. *more, still, yet.* తోసును *(he) will pass ;* 3d pers. sing. Ao. of తోసుట v. a. *to push.*

తోచలేదు *It is not thought,* from తోచ Root in A of తోచుట v. n. *to be thought, to appear* and లేదు. జీవించడు * *he will not live ;* 3d pers. sing. masc. neg. Ao. of జీవించుట. భయము * n. s. *fear.* వూరికె adv. *without reason, without reality, without truth.* దుఃఖోపశమనముగా *by way of consolation, or comfort,* from దుఃఖము * n. s. *sorrow, grief* and ఉపశమనము * n. s. *alleviation, abatement,* and గా.

తోడబుట్టుబిడ్డలు *Nephews*, from తోడబుట్టు n. s. *a sister* or *brother* (congenitus, congenita) *as born with oneself.* యేమిగా *How? in what way?* from ఏమి Interro. pron. *what?* and గా.

యెవరికి *To whom?* D. plu. of ఎవడు Interro. pron. *who?* శక్యము * adj. *possible.* సహవాసమునకు *for association;* D. sing. of సహవాసము * n. s. *living together, society.* తగిన adj. *fit; suitable;* rel. p|| of తగుట v. n. *to fit.* లేరు *there are not;* 3d pers. plu. neg. Ao. of ఉండుట.

కుంపిని n. s. English word '*company.*' వుద్యోగము * n. s. *employment.* చిక్కినందున *by (its)being obtained,* from చిక్కిన past rel. p|| of చిక్కుట v. n. *to be obtained* and అందున *thereby;* loc. of అందు adv. *there.* భాగ్యవంతులై *having become rich,* from భాగ్యవంతులు * n. s. plu. *rich men* and అయి past p|| of అవుట v. n. *to become.*

అంత *So much;* adj. pron. ధనమును acc. sing. of ధనము * n. s. *wealth, riches, money.* సంపాదించిన past rel. p|| of సంపాదించుట v. a. *to procure.* వేరే adj. *other.* యెవడున్ను *any man,* from ఎవడు Interro. pron. *who?* and న్ను conjunc. added to denote emphasis.

భూస్థితి *Landed property,* from భూ * *the earth* and స్థితి * n. s. *estate.* సంపాదించి *having procured;* past p|| of సంపాదించుట. కొంచెము adv. *a little.* హెచ్చుతక్కువ *more or less,* from హెచ్చు n. s. *increase* and తక్కువ n. s. *decrease, want.* లక్ష n. s. and adj. *a lack, one hundred thousand.* రూపాయలు n. s. plu. *rupees.* ఆస్తి n. s. *estate.*

అన్ని adj. pron. neut. *All things.* అదృష్టవశముగా *in the power of fortune,* from అదృష్టము * n. s. *luck* and వశము * n. s. *charge.* మునుపు adv. *formerly.* వుండిరి *they were;* 3d. pers. plu. past tense of ఉండుట. చూడు *see thou;* 2d. pers. sing. imperative of చూచుట v. a. *to look.*

వాండ్ల *Their* or of *them;* infl. plu. of వాడు pron. *he, that man.* Also of అది or ఆమె *she.* కుటుంబము * n. s. *family.* వృత్తాంతము * n. s. *particulars, news, history.* తెలుసును *it is known;* 3d pers. sing. Ao. of తెలుసుట. This verb is always used impersonally with the dative case: as, అదిమనకందరికితెలుసును *we all know it.* వద్ద for

పడిన past rel. p|| of పడుట v. a. *to suffer, to endure.* శ్రమ * n. s. *distress, difficulty, trouble.* యింతంత *so much*, or *so much*, from ఇంత *this much, as much as this.* It is the proximate of అంత adj. and substantive pron. *thus much.* కాదు *it is not;* 3d pers. sing. neut. neg. Ao. of అవుట as వారుపడ్డశ్రమయింతంతకాదు *the pain they suffered is not so much nor so much.* i. e. *it is beyond telling.*

ఆ adj. pron. *That.* శాస్త్రి * n. s. *a learned man.* యిస్తూ *giving;* pres. p|| of ఇచ్చుట. వచ్చిన *that came;* past rel. p|| of వచ్చుట. వరకు adv. *until, as far as.* యిస్తూవచ్చినవరకున్ను *as long as he continued to give.* నానాటికి adv. *to that day and to that day,* i. e. *from day to day.* గడుపుకొంటూ pres. p|| of గడుపుకొనుట Mid. of గడుపుట v. a. *to pass.*

అత్యున్నతదశను *Most lofty condition*, from అతి * adv. *very,* ఉన్నత * adj. *high* and దశను accus. sing. of దశ * n. s. *condition.* కలగచేసి *having caused to be*, from కలగ Root in A of కలుగుట v. n. *to be* and చేసి; which when added to the Root in A, signifies *to cause.* యీశ్వరాధీనము *in the charge of God*, from ఈశ్వరుడు * n. s. *God* and ఆధీనము * n. s. *charge.* గొప్పను *the great;* acc. sing. of గొప్ప adj. *great.* కొద్దిగా *into littleness*, from కొద్ది adj. *little* and గా the adverbial affix. కొద్దిని *The little;* accus. sing. of కొద్ది. గొప్పగా *into greatness*, from గొప్ప and గా. చేయగలడు *he can do or make*, from చేయ Root in A of చేయుట and గలడు 3d pers. sing. masc. Ao. of కలుగుట v. n. *to be able.*

విడిచి *Having left;* past p|| of విడుచుట v. a. *to leave, to quit.* అయినవి *have elapsed;* past tense 3d pers. plu. neut. of అవుట v. n. *to become, to pass, to be finished.* ఆహారఆచ్ఛాదనములు *food and clothing*, from ఆహారము * n. s. *food* and ఆచ్ఛాదనము * n. s. *covering* and లు the sign of *conjunction* in such compound words.

మృష్టాన్నముగా * *As pleasant food*, from మృష్ట * adj. *agreeable* and అన్నము * n. s. *boiled rice*, and గా. భోజనముచేస్తారు *they eat*, from భోజనము * n. s. *food, eating* and చేస్తారు 3d pers. plu. pres.

tense of చేయుట. బట్టలు n. s. plu. *cloths.* కట్టుతున్నారు *they wear;* 3d pers. plu. pres. tense of కట్టుట.

తమ *Their;* infl. plu. of తాను pron. *Self* i. e. *he, she, or it.* చుట్టాలకు D. plu. of చుట్టము n. s. *a relation.* కావలసినవాండ్లకు *To friends,* or *kinsmen,* from కా Root in a of అవుట v. n. *to become,* వలసిన *must,* and వాండ్లకు D. plu. of వాడు n. s. *a man.* సహాయము * n. s. *aid, help.* ధర్మిష్ఠులు * n. s. plu. charitable men. కారు *they are not,* lit: *they will not become;* 3d pers. plu. neg. Ao. of అవుట.

కొన్న for కొనిన *That purchased;* past rel. p|| of కొనుట v. a. *to buy.* పెట్టుకొని *having kept;* past p|| of పెట్టుకొనుట M. of పెట్టుట v. a. *to place, to keep.*

వుండనే లేదు *There never was,* from వుండ Root in A. of ఉండుట v. n. *to be* and లేదు 3d pers. sing. neut. neg. Ao. of ఉండుట, N being inserted to denote emphasis. చక్కగా adv. *well, properly.* సంగతు లు n. s. plu. *matters.* తెలియవు *are not known;* 3d pers. plu. neut. neg. Ao. of తెలియుట.

యీ adj. pron. *This.* It is the same as the English article *the.* విషయ మందు *in respect;* loc. sing. of విషయము * n. s. *respect, relation.* కాపులు n. s plu. *tenants farmers.* నిందిస్తున్నారు (*they*) *reproach;* 3d pers. plu. pres. tense of నిందించుట.

గర్వము * n. s. Pride. పడుతున్నారా *do they fall?* గర్వపడుతున్నారా *Are they proud?* 3d pers. plu. pres. tense of పడుట.

యిల్లు n. s. *A house.* విధముగా *in manner, fashion,* from విధము * n. s. *manner, way,* and గా the adverbial affix. కట్టుకొని *having built;* past p|| of కట్టుకొనుట M. of కట్టుట.

చతురశ్రమైన * adj. *Four cornered,* from చతుః * *four,* అశ్రము * n. s. *corner* and అయిన. ముంగిలి n. s. *a court yard.* పెట్టి *having built* or *placed;* past p|| of పెట్టుట. తట్లు plu. of తట్టు n. s. *a side.* ఒకటేపొడుగుగా *of an equal height,* from ఒకటే *one;* neut. numeral with ē denoting emphasis, పొడుగు n. s. *height* and గా. కట్టి *having built;* past p|| of కట్టుట. భవంతులు plu. of భవంతి. n. s. *a house, an apartment.*

పదిహేడో పాఠము.

ఒక వర్తకుడు వొక అప్పు తీసుకొనే వాడు.

అయ్యా, నాకు నిండా తొందర వచ్చి వున్నది. తమరు నాకు పది రూపాయిలు అప్పు యిచ్చి నన్ను కాపాడినట్టయితే, నేను బాగుపడుదును. లేకుంటే, నాకు నేల విడిచిన వాడు నా పశువులనున్ను, నా పెండ్లామునున్ను, నా బిడ్డలనున్ను, అమ్మివేసును.

నీకు యెన్ని అరకలు వున్నవి? నీకు యెన్ని యేక్రాల* పొలము వున్నది? నీవు యేటా కట్టే పన్ను యెంత? ఈ వయినములు నాకు తెలియకుంటే, నీకు నేను రూకలు యెట్లా అప్పు యిత్తును?

నాకు యిరువై అయిదు యేకరాల భూమి వున్నది అయ్యా. దానికంతా పన్ను

Seventeenth Exercise.

A MERCHANT AND A BORROWER.†

Sir, I am fallen into a great difficulty. If you will preserve me by lending me ten rupees, I shall be safe. Otherwise my landlord will sell my cattle, my wife and my children.

How many ploughs have you? How many acres have you? What is your yearly rent? If I don't know these particulars how can I lend you money?

I have twenty-five acres of land, Sir. The rent of the whole is fifteen

* The English word "acre."

† From Carey's Dialogues.

పదిహేను రూపాయలు. అందులో అయిదు రూపాయలు చెల్లించి వున్నాను. నేను యిప్పుడు పది రూపాయలు చెల్లించవలెను. గనుక, నా వరి పంట మీద కొంచెము రూకలు ముందుగా దయచేసి యియ్యండ'య్యా. మాఘమాసములో రూపాయ యొకటింటికి నెలకు అర అణా వడ్డి చొప్పున తమకు చెల్లిస్తున్నాను. అమ్మే ధరకు అధికముగా రూపాయి యొకటింటికి రెండు తూములు ధాన్యము యిస్తున్నాను. కళ్లములో తమ రూకలకు ముందుగా కొలిచివేసి, తర్వాత మిగిలినది నేను కొంచపోతాను.

rupees. Of this I have paid five rupees, and now owe ten. Therefore pray Sir, advance me some money on my crop of rice. I will pay you at the rate of half an anna a rupee, per month, interest in the month of Magha. And I will allow you two tooms (measures) of rice for every rupee over and above its proper selling price. First, I will measure out the amount of your money on the threshing-floor and then what I get besides I will take away.

మంచిది, రూకలు యిస్తున్నాను గాని, నరుసును నీకు జామీను యియ్యి.

Well, I will give you the money; but give Narusu for your security.

మంచిది, అయ్యా, అందుకు యేమిన్ని కష్టము లేదు. అతను మావూరి మునసబు. అతణ్ని పిలిచి పత్రము వ్రాస్తున్నాను.	Very well, Sir, there is no difficulty in that. He is the Munsiff of our town. I will call him and write the bond.

ANALYSIS.

పదిహేడో *Seventeenth;* ordinal numeral.

ఒక numeral *One.* It is the same as the indefinite article *A* in English. వర్తకుడు n. s. *a merchant.* అప్పుతీసుకొనేవాడు *a borrower,* from అప్పు n. s. *debt.* తీసుకొనే rel. Ao. p‖ of తీసుకొనుట Mid. of తీయుట *to take, to receive* and వాడు n. s. *a man.*

కాపాడినట్టయితే *If* (—) *protect;* conditional form of కాపాడుట. బాగుపడుదును 1st pers. sing. Ao. of బాగుపడుట v. n. *to prosper.* నేలవిడిచినవాడు *a land lord,* from నేల n. s. *land.* విడిచిన that *gave, that let;* past rel. p‖ of విడుచుట and వాడు. అమ్మివేసును (*he*) *will sell off,* from అమ్మి past p‖ of అమ్ముట and వేసును 3d pers. sing. Ao. of వేయుట v. a. *to cast.* This is added to the past participle to denote the completion of the action.

యెన్ని adj. pron. neut. *How many?* This is the interrogative of అన్ని *so many.* అరకలు n. s. plu. *ploughs* యేక్రాలు n. s. plu. the English word *acre.* పొలము n. s. *a field.* యేటా adv. *yearly;* loc. of ఏడు n. s. *a year.* కట్టే *that pays;* rel Ao. p‖ of కట్టుట v. a. to *pay* &c. పన్ను n. s. *tax, rent.* యెంత adj. pron. *How much?* Interrogative of అంత *so much.* వయినములు n. s. plu. *particulars.* తెలియకుంటే *if* (—) *do not know;* from తెలియక the neg. p‖ in Ka of తెలియుట v. n. *to be known* and ఉంటే the conditional form of ఉండుట. యిత్తును 1st pers. sing. Ao. of ఇచ్చుట v. a. *to give.*

యిరవైఅయిదు *Twenty-five;* numeral adj. and n. s. యేకరాల infl. plu. of ఏకరా n. s. *(E)* '*acre.*'

అందులో *Therein ;* loc. of అందు adv. *there.* చెల్లించి *having paid ;* past p|| of చెల్లించుట v. a. *to pay.* చెల్లించ Root in A of చెల్లించుట. వరి n. s. *corn, grain,* called *paddy.* పంట n. s. *produce, crop.* మీద post pos. *on or upon.* ముందుగా adv. *beforehand.* దయ * n. s. *favour.* యియ్యండి *give ye ;* 2d pers. plu. imperative of ఇచ్చుట. మాఘము *name of a certain month.* ఒకటింటికి *per one, each,* from ఒకటి neut. numeral *one* and యింటికి an affix. నెలకు *for a month ;* D. of నెల. అర adj. *half.* అణా n. s. *an anna which is one sixteenth of a rupee.* వడ్డి n. s. *interest.* చొప్పున adv. *at the rate of, according to.* అమ్మే *selling ;* rel. Ao. p|| of అమ్ముట. ధరకు D. of ధర n. s. *price.* అధికముగా adv. *more.* రెండు numeral *two.* తూములు plu. of తూము n. s. *a certain measure.* ధాన్యము * n. s. *corn, grain.* యిస్తున్నాను *I (will) give ;* 1st pers. sing. pres. tense of ఇచ్చుట. కళ్లములో loc. sing. of కళ్లము n. s. *a threshing-floor.* రూకలకు *for money ;* D. plu. of రూక n. s. *a small silver coin.* కొలిచి past p|| of కొలుచుట v. a. *to measure.* మిగిలినది *that which remained,* from మిగిలిన past rel. p|| of మిగులుట and ది for అది pron. *it.* కొంచపోతాను *I (will) take away ;* 1st pers. sing. pres. tense of కొంచపోవుట. నరుసును Acc. of నరుసు *Narusu, a proper name.* జామీను (H) n. s. *bail, security.* యియ్యి *give thou ;* 2d pers. sing. imperative of ఇచ్చుట.

కష్టము * n. s. *Difficulty.* మునసీపు n. s. (H) *a village justice.* అతణ్ని *him;* acc. of అతడు pron. *he, that man.* పిలిచి *having called ;* past p|| of పిలుచుట. పత్రము * n. s. *a bond.* వ్రాస్తున్నాను *I (will) write ;* 1st pers. sing. pres. tense of వ్రాయుట.

పద్ధెనిమిదో పాఠము.	*Eighteenth Exercise.*
అప్పులవాణ్ని గురించి.	Regarding a debtor.*
ఒరే, రంగా! పాళెం పాప	Here, Rungah ! Papaya
య్యా ఆ రూకలను మార్గ	(of Palem) promised

* From Carey's Dialogues.

శిరమాసములో చెల్లిస్తానన్నాడు. యిప్పుడు యిది పుష్యమాసము. యింకా వాడు దాన్ని చెల్లించలేదు. పోయి వాణ్ని పట్టి తీసుకొని రా.

that he would pay that money in the month of Margasira; now it is Pushya, and yet he has not paid it. Go, seize and bring the fellow.

అయ్యా, పాపయ్య యిదుగో వచ్చినాడు.

Sir, here's Papaya come.

ఒరే, మార్గశిర మాసములో ఆ రూకలను చెల్లింతునన్నావు. అది అంతా వొక ఉత్తలాటకమైన సాకు. వ్యాపారము చేయడమునకు నీవు నిండా అయోగ్యుడవు. పోయి రూకలు తీసుకొని రా.

Here, you said you would pay the money in Margasira: that was all a deceitful excuse. You are a very bad man to deal with. Go and fetch the money.

అయ్యా, తమరు చెప్పినదంతా నిజమే. కొన్ని పనులలో నేను వెర్రివాడను. నేనేమి చెప్పుదును? నేను వొక మాటైనా చెప్పడమునకు యెడము లేదు. ఇన్నాళ్లు తాళుకొని వుంటిరి. ఇప్పుడు యింకా యిరువై దినములు తాళుకోండి. నా వరి పంట కోయగానే మాఘ మాసము

What you have said, Sir, is all true, but in some things I am a fool. What can I say? there is no room for me to say a word. You have forborne so long: now have patience twenty days more. When I have reaped my rice I will bring and pay the

అయిదో తేదిని తమ రూకలను తెచ్చి చెల్లిస్తున్నాను. కొన్ని దినములు ఆలస్యపడినందుకు నన్ను కాచవలెను. ఇప్పుడు నన్ను కొట్టినా తునకలు తునకలుగా కోసినా దాని వల్ల యేమి ప్రయోజనము?

money on the 5th of Magha. You will be pleased to overlook the delay of a few days. If you beat me, or cut me to pieces now, what good will it do?

అట్లా కాదు, ఆ రూకలను యెట్లా చెల్లిస్తున్నావో చెల్లించు. నీవు పోవచ్చును. చెడ్డ గొడ్డు. వాడు యేవేళా పిత్తలాటకములు చేస్తూ వుంటాడు. వడ్లు అమ్మగానే చెల్లిస్తానని వొకప్పుడు చెప్పి వుండెను. ఇప్పుడు యింకా నేడు రేపు అని దినములు తోస్తున్నాడు. వాడికి యెంతమాత్రమున్ను చెల్లించవలెనని లేనట్టు వున్నది. సుందరం నీవు పోయి వాడు వాన్ని క్రమముగా చెల్లించేటట్టు వొక పెద్దమనిషి వల్ల జామీను చెప్పించుకొని వాణ్ని విడిచిపెట్టు.

Not so, pay the money any way that you can; then you may go. A vile fellow! he is always playing his deceitful tricks. At one time he said he would pay when he had sold his rice; now he is putting it off longer. I suppose he don't want to pay at all. Go, Sundaram, get a respectable person to be security for his properly paying it; then let him go.

ANALYSIS.

౧౮-వ *Eighteenth;* ordinal numeral.

అప్పుల Infl. plu. of అప్పు n. s. *a debt.* అప్పులవాడు *a debtor.* గురించి affix *concerning, regarding.*

ఒరే interj. *O fellow.* రంగా voc. of రంగడు a proper name. పాలెము n. s. *a village, or barony (a certain family name.)* పాపయ్య *a certain proper name.* మార్గశిరము *name of a certain month.* చెల్లిస్తాను *I (will) pay;* 1st pers. sing. pres. tense of చెల్లించుట. అన్నాడు *he said;* 3d pers. sing. masc. past tense of అనుట. యిది proximate pron. *this thing.* పుష్యము * n. s. *name of a certain month.* యింకా adv. *yet, still.* పట్టి *having seized;* past p‖ of పట్టుట v. a. *to take.* తీసుకొని past p‖ of తీసుకొనుట Mid. of తీయుట v. a. *to take.* రా *come thou;* 2d pers. sing. imper. of వచ్చుట.

అన్నావు *Thou hast said;* 2d per. sing. past tense of అనుట. పిత్తలాటకమయిన adj. *deceitful,* from పిత్తలాటకము n. s. *deceit* and అయిన past rel. p‖ of అవుట. సాకు n. s. *pretence.* వ్యాపారము * n. s. *dealing, business, trade.* చేయడమునకు *for making;* D. of the Infin. in Damu of చేయుట. అయోగ్యుడవు *thou art unfit* i. e. a *rogue,* from అయోగ్యుడు *he who is unworthy,* and వు personal termination from నీవు pron. *thou.* The నీ being dropped.

కొన్ని adj. pron. neut. *A few.* పనులలో *in works;* loc. plu. of పని. వెర్రి adj. *foolish* వాడు n. s. *a man* ను the sign of the 1st pers. sing. *I am.* వెర్రివాడను *I am mad.* చెప్పుదును *I shall tell;* 1st pers. sing. Ao. of చెప్పుట. మాట n. s. *a word.* అయినా past rel. p‖ of అవుట v. n. *to become,* which by adding ā takes the sense *even.* చెప్పడమునకు *for telling;* D. of the Infin. in Damu of చెప్పుట. యెడము n. s. *room, space.* యిన్ని adj. pron. neut. *so many.* నాళ్లు plu. of నాడు n. s. *a day.* తాళుకొని *having taken patience;* past p‖ of తాళుకొనుట Mid. of తాళుట v. n. *to wait.* వుంటిరి *you were;* 2d pers. plu. past tense of వుండుట. Here the plural verb is honorifically used for the singular. తాళుకొండి *have patience ;* 2d pers. plu. imper. of తాళుకొనుట from తాళుట. కోయగానే *On cutting, as soon as* (*it was*) *reaped,* from కోయ Root in A of కోయుట, గా the adverbial sign and ē the intensive, N being added. మాఘము * n. s. *name of a certain month.* తేదిని loc. sing. of తేది n. s. *date of the month.* తెచ్చి *having brought* ; past p|| of తెచ్చుట. ఆలస్యపడినందుకు *by its being delayed,* from ఆలస్యము * n. s. *delay,* పడిన past rel. p|| of పడుట v. n. *to fall* and అందుకు *thereto ;* D. of అందు adv. *there.* కాచవలెను *I hope you will excuse,* lit. *must spare,* from కాచ Root in A of కాచుట and వలెను. కొట్టినా for కొట్టినప్పటికిన్ని *if* or *though* (—) *beat ;* past rel. p|| of కొట్టుట, which by adding ā takes the sense of *although.* తునకలుతునకలుగా *in pieces, in fragments,* from తునకలు plu. of తునక n. s. *a bit* and గా. కోసినా *if* or *though* (—) *cut ;* past rel. p|| of కోయుట with ā added. దాని infl. of అది pron. *it* ప్రయోజనము * n. s. *advantage.*

చెల్లిస్తున్నావా From చెల్లిస్తున్నావు *thou payest ;* 2d pers. sing. pres. tense of చెల్లించుట and ō the sign of *doubt.* చెల్లించు *pay thou ;* 2d pers. sing. imper. of చెల్లించుట causal of చెల్లుట. పోవచ్చును (—) *can go,* from పో Root in A of పోవుట and వచ్చును 3d pers. sing. Ao. of వచ్చుట v. n. *to come.* చెడ్డ adj. *bad* గొడ్డు n. s. a *beast.* ఏవేళా adv. *always, constantly,* from ఏ *what ?* and వేళ n. s. *time.* పిత్తలాటకములు n. s. plu. *tricks, deceits.* వడ్లు n. s. *rice, grain, corn.* This word has no singular. అమ్మగానే *on* (*its being*) *sold, as soon as* (*it was*) *sold,* from అమ్మ Root in A of అమ్ముట, గా the adverbial affix, and ē the intensive, N being added. ఒకప్పుడు *at one time,* from ఒక ordinal numeral *one* and అప్పుడు adv. *then.* నేడు n. s. *to-day.* రేపు n. s. *to-morrow.* తోస్తున్నాడు *he pushes ;* 3d pers. sing. masc. pres. tense of తోయుట v. a. to push. ఎంతమాత్రమున్ను adv. *at all, in the least,* from ఎంత adv. *how much* and మాత్రము n. s. *measure* and న్ను the conjunc. is added to denote emphasis. లేనట్లు *as if there is not,* from లేని neg. rel. p|| of ఉం

డుట v. n. *to be*, and అట్టు an affix meaning *as, so as, as if*. సుందరం n. s. *a proper name*. క్రమముగా * adv. *regularly*. చెల్లించేటట్టు *so as or so that* (—) *may pay*, from చెల్లించే rel. Ao. p|| of చెల్లించుట and అట్టు, ట being inserted. పెద్దమనిషి *an honest man*, from పెద్ద adj. *great* and మనిషి * n. s. *a man*. జామీను (H) n. s. *bail*. చెప్పించుకొని *causing* (*him*) *to name* i. e. *to give bail*; past p|| of చెప్పించుకొనుట Mid. of చెప్పించుట the causal of చెప్పుట v. a. *to tell*. విడిచి *having let go*; past p|| of విడుచుట v. a. *to leave*. పెట్టు 2d pers. sing. imper. of పెట్టుట an auxiliary verb.

పందొమ్మిదో పాఠము.	*Nineteenth Exercise.*
ఇద్దరు కూలివాండ్లు మాట్లాడుకోవడము.	TALK BETWEEN TWO LABOURERS.*
నారాయణ శెట్టి యింట్లో పనికి పోయి వుంటిని. అక్కడ నిండా పని వున్నది. నీవున్ను వస్తావా?	I have been to work at the house of Narrayan Chetty. There is a great deal of work. Will you go?
లేదు తమ్ముడా, నేను ఆ యింటికి పనికి పోను. వాండ్లు నిండా చెడు వాండ్లు: వాండ్లతో వేగ కూడదు. పోయిన సంవత్సరము అక్కడ పని చేస్తిని. పోకిరితనముగా రెండు దినముల కూలి పట్టుకొన్నారు. వా	No brother, I will not go to work at that house; they are very bad people to deal with. I worked there last year, but they stopped two days' wages in a rascally manner. I will go no

* From the same.

ది యింటికి యికను నేను పోను.	more to that fellow's house.
ఏల, తమ్ముడా, వాడు నిండా పెద్దమనిషి, నాకు తెలుసును. నాకు ముందుగా వొక రూపాయ యిచ్చి, యింకా మనుష్యులను పిలుచుకొని వస్తే, వాండ్లకున్ను ముందు కూలి యిస్తానని చెప్పినాడు.	Why, brother, as far as I have seen he is a very honest man. He gave me a rupee beforehand, and said, do you bring more men, I'll give them pay in advance.
మంచిది, అన్నా, వాడి యింటికి నన్ను పిలుచుకొని పోతివంటే, నా కూలికి నీవే వున్నావు.	Very well, brother, if you take me to his house I'll look to you for my pay.
మంచిది, తమ్ముడా, నీ కూలికి నేను వున్నాను.	Well, brother, I'll be answerable for your pay.
మంచిది, అన్నా, అట్లా చేస్తివంటే, నేను వస్తున్నాను.	Very well, brother; If you do so, I'll go.
ఇంకా వొకడు యిద్దరు చిక్కితే, తమ్ముడా, నీతో కూడా పిలుచుకొని రా.	If you can get another, man or two, brother, bring them with you.
మంచిది, అన్నా, అంగడి వీధిలో యిద్దరు వున్నారు. వాండ్ల దగ్గిరికి పోతున్నాను. వాండ్లు చిక్కితే, నా	Well, brother, there are two men in the market place: I'll go to them, and if I can find

తోఁ కూడా పిలుచుకొని వస్తున్నాను.	them, will bring them with me.
అయితే వాండ్లను త్వరగా పిలుచుకొని రా. నీకై యింట్లో వుంటాను. వాండ్లను పిలుచుకొని వచ్చినట్టయితే, అవతల నేను పోతున్నాను.	Then bring them quickly; I'll stay at home for you. Do you bring them, then I'll go.
మంచిది, రేపు తెల్లవారి వస్తున్నాను.	Very well, I'll come to-morrow morning.
మంచిది, తమ్ముడా, ప్రొద్దుపోయి రాబోయ్యేవు సుమీ.	Very well, brother. Take care, don't be late.

ANALYSIS.

పందొమ్మిదోఁ *Nineteenth;* ordinal numeral.

ఇద్దరు n. s. and adj. *Two persons;* masc. and fem. of the neuter numeral రెండు *two.* కూలి n. s. *hire.* మాట్లాడుకోవడము *talking, conversation;* Infin. in Damu of మాట్లాడుకొనుట Mid. of మాట్లాడుట v. n. *to speak.*

నారాయణశెట్టి *Name of a man of the merchant caste.* యింట్లో *in the house;* loc. sing. of ఇల్లు. పనికి D. of పని n. s. *work, business.* వస్తావా *wilt thou come;* 2d pers. sing. pres. tense of వచ్చుట, with ā denoting interrogation.

తమ్ముడా Voc. sing. of తమ్ముడు n. s. *a younger brother.* యింటి infl. sing. of ఇల్లు. పోను *I will not go;* 1st pers. sing. neg. Ao. of పోవుట. చెడు adj. *bad.* వాండ్ల *of them;* infl. plu. of వాడు n. s. *a man.* వేగ Root in A of వేగుట v. n. *to suffer, to endure.* కూడదు.

it is impossible, it is unfit; 3d pers. sing. neut. neg. Ao. of కూడుట. పోకిరితనముగా *in a rascally manner*, from పోకిరి adj. *rascally*, తనము *ness* and గా. చుట్టుకొన్నారు *they have stopped*; 3d pers. plu. past tense of చుట్టుకొనుట Mid. of చుట్టుట. ఇకను adv. *in future, hereafter, henceforward*, from ఇక *more* and ను the conjunc.

పిలుచుకొని *Having called*; past p‖ of పిలుచుకొనుట Mid. of పిలుచుట. వస్తే *if* (—) *come*; conditional form of వచ్చుట.

అన్నా *O brother*; Voc. sing. of అన్న. పోతివంటే *if thou goest*, from పోతివి *thou didst go*; past tense 2d pers. sing. of పోవుట and అంటే *If* (—) *say*; conditional form of అనుట. కూలికి *for wages*; D. sing. of కూలి. నీవే *thyself*, from నీవు pron. *thou* and ē the intensive. వున్నావు (with present meaning) *thou art*; 2d pers. sing. past tense of ఉండుట. Here it signifies *thou art responsible*.

చేస్తివంటే *If thou shouldst do*, from చేస్తివి past tense 2d person sing. of చేయుట, and అంటే. వస్తున్నాను *I* (*will*) *come*; 1st pers. sing. pres. tense of వచ్చుట.

చిక్కితే *If* (—) *be found* or *caught*; conditional form of చిక్కుట. తే *bring thou*; 2d pers. sing. imper. of తెచ్చుట.

కై post pos. *For, on account of*. వుంటాను *I* (*will*) *stay*; 1st pers. sing. pres. tense of ఉండుట. అవతల adv. *afterwards, then*. పోతున్నాను *I* (*will*) *go*; 1st pers. sing. pres. tense of పోవుట.

తెల్లవారి n. s. *Morning*.

ప్రొద్దు n. s. *Time*. పోయి *having gone*; past p‖ of పోవుట. ప్రొద్దుపోయి *time having passed, as it was late*. రాబొయ్యేవు *thou art going to come*, i. e. *thou wilt come or wilt thou come*, from రా Root in A of వచ్చుట and పొయ్యేవు *thou wilt go*; 2d pers. sing. future tense of పోవుట. సుమీ interj. for చూడుమి *see thou*.

నేర్చుకొనే వాండ్లను గురించిన వాక్యములు.	*Phrases for Learners.*
నేను దీన్ని చదువుదునా?	Shall I read this?

ఇది యేమి మాట?	What word is this?
దీనికి యేమి అర్థము?	What does this mean?
ఇది సరేనా?	Is this correct?
అది సరే. అది సరి కాదు.	It is correct. It is not.
ఇది తప్పా?	Is this wrong?
అది తప్పు. అది తప్పుకాదు.	It is wrong. It is not wrong.
దీన్ని చదవ లేను.	I cannot read this.
దాన్ని వుచ్చరించ లేను.	I cannot pronounce it.
దాన్ని సరిగ్గా వుచ్చరిస్తున్నానా?	Do I pronounce it aright?
నిన్న దాన్ని నాకు చెప్పినారు.	You told me that yesterday.
మీరు దాన్ని నాకు మునుపు చెప్ప లేదు.	You did not tell me that before.
వాడు చెప్పిన దాన్ని మరచినాను.	I forget what he said.
దాన్ని మరచినారా?	Have you forgotten it?
నేను మరచినాను.	I have forgotten it.
నేను మరచి పో లేదు.	I have not forgotten it.
ఈ పంక్తి వంకరగా వ్రాయబడ్డది.	The line is crookedly written.
దాన్ని మళ్లిన్ని వ్రాయి.	Write it again.
దాన్ని వంకర లేకుండా వ్రాయి.	Write it straight.

సమాప్తము. THE END.

ANALYSIS.

నేర్చుకొనే *That learn*; rel. Ao. p|| of నేర్చుకొనుట Mid. of నేర్చుట. గురించిన adj. *concerning, appertaining.* వాక్యములు * n s. *phrases.*

చదువుదునా *Shall I read?* 1st pers. sing. Ao. of చదువుట, with ā denoting interrogation.

అర్థము * n. s. *Meaning.*

సరేనా *Is it correct?* from సరి adj. *right* and —ఏను affix denoting emphasis, with ā the interrogative sign added.

తప్పా *Is it wrong?* from తప్పు n. s. *a fault*, with ā the interrogation. Here the verb is understood.

చదవలేను *I am not able to read*, from చదవ Root in A of చదువుట and లేను 1st pers. sing. neg. Ao. of కలుగుట v. n. *to be able.*

ఉచ్చరించ Root in A of ఉచ్చరించుట v. a. *to pronounce, to utter.*

సరిగ్గా adv. *Correctly, exactly.* ఉచ్చరిస్తున్నానా *do I pronounce*; 1st pers. sing. pres. tense of ఉచ్చరించుట, with ā the interrogation.

నిన్న adv. *Yesterday.* చెప్పినారు *they told*; 3d pers. plu. past tense of చెప్పుట.

మునుపు adv. *Formerly.* చెప్పలేదు (—) *did not tell*, from చెప్ప Root in A of చెప్పుట and లేదు.

చెప్పిన Past rel. p|| of చెప్పుట. మరచినాను *I forgot*; 1st pers. sing. past tense of మరచుట.

మరచినారా *Did you forget?* 2d pers. plu. past tense of మరచుట, with ā the interrogation.

మరచి *Having forgotten*; past p|| of మరచుట.

పంక్తి * n. s. *A line, a row.* వంకరగా adv. *crookedly.* వ్రాయబడ్డది *it has been written*; Passive 3d pers. sing. neut. past tense of వ్రాయుట.

వంకర n. s. *Crookedness.*

సమాప్తము * n. s. THE END.